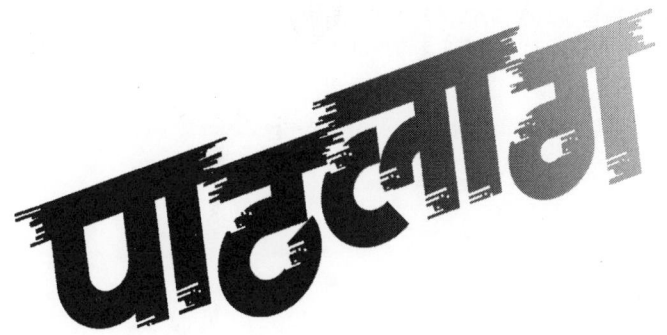

पाठलाग

नारायण धारप

साकेत प्रकाशन

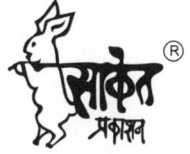

पाठलाग
कादंबरी
नारायण धारप

प्रकाशन क्रमांक - १५४२
साकेत दुसरी आवृत्ती - २०१०
साकेत तिसरी आवृत्ती - २०१७
साकेत चौथी आवृत्ती - २०१८

प्रकाशक
साकेत बाबा भांड
साकेत प्रकाशन प्रा. लि.
११५, म. गांधीनगर, स्टेशन रोड
औरंगाबाद - ४३१ ००५
फोन - (०२४०)२३३२६९२/९५
www.saketpublication.com
info@saketpublication.com

पुणे कार्यालय
साकेत प्रकाशन प्रा. लि.
ऑफिस नं. ०२, 'ए' विंग
पहिला मजला, धनलक्ष्मी कॉम्प्लेक्स
३७३ शनिवार पेठ
कन्या शाळेसमोर, कागद गल्ली
पुणे - ४११ ०३०
फोन - (०२०) २४४३६६९२

Pathlag
Novel
Narayan Dharap

© सर्व हक्क सुरक्षित, २०१०

प्रमिला नारायण धारप
१८८७, सदाशिव पेठ,
पुणे - ३०

अक्षरजुळणी : धारा प्रिंटर्स प्रा.लि.
मुखपृष्ठ : संतुक गोळेगावकर

मुद्रक :
प्रिंटवेल इंटरनॅशनल प्रा. लि.
जी-१२, चिकलठाणा, औरंगाबाद

ISBN-978-93-5220-126-6

किंमत : १६० रुपये

दोन शब्द...

माझ्या कथांतून राजकीय परिस्थितीचा फार क्वचित उल्लेख असतो. त्याला 'पाठलाग' ही लघुकादंबरी अपवाद आहे.

१ ९ ६ ७ सालची परिस्थिती आठवा. त्या वेळच्या सार्वत्रिक निवडणुकीत काँग्रेसचा अतिदारुण पराभव झाला होता. उत्तरेकडच्या सर्व राज्यांतून 'संयुक्त विधायक दला'ची सरकारे आली होती. सर्वत्र राजकीय अस्थिरता दिसत होती. हीच परिस्थिती आणखी पुढे गेली तर काय होईल? हेच एक्ट्रॉपोलेशन - बृहद्‌लेखन- या कादंबरीत आहे. आपले सुदैव, की तसा काही प्रकार झाला नाही आणि आताही आपल्याकडे द्विपक्षीय लोकशाही आहे.

इलेक्ट्रॉनिक वर्तमानपत्रे, थंबप्रिंटने उघडणारी दारं, क्रेडिट कार्ड, मायक्रोट्रान्समीटर्स, व्हिजीफोन, चाळीस चाळीस मजल्यांचे स्कायस्क्रेपर्स, हेलिपॅड, मुंबई बंदराभोवतालचा सागरतट, विवाह करार, रॉकेट प्रवास, सायकोग्राफ... या सर्व गोष्टी माझ्या कल्पनेतून आल्या आहेत. त्यांपैकी बऱ्याचशा गोष्टी प्रत्यक्षात आल्या आहेतच. काही एवढ्यात येतीलच.

भारताच्या भरमसाट वाढत चाललेल्या लोकसंख्येची भीती दुर्दैवाने खरी ठरली आहे. येऊ घातलेल्या संभाव्य संकटांकडे लोकांचं लक्ष वेधणं एवढंच लेखक करू शकतो.

- नारायण धारप

प्रकाशकीय

नारायण धारप हे नाव आताच्या वाचन करणाऱ्या पिढीला नवीन असलं; तरीही आपल्या रहस्यमय लेखनाने त्यांनी एक काळ गाजवला होता, ही गोष्ट कधीच न विसरण्यासारखी आहे. गेल्या शतकातील साठच्या दशकात त्यांनी लेखनाला सुरुवात केली आणि त्यानंतर अखेरपर्यंत ते सातत्याने लिहीत राहिले आहेत. मराठी साहित्यात रहस्यकथेचे आणि कादंबरीचे दालन समृद्ध करणारे जे काही मोजकेच स्वतंत्र लेखन करणारे लेखक आहेत, त्यांत नारायण धारपांचे स्थान अव्वल आहे.

कथानकात पुढे काय होणार याची उत्सुकता कायम ठेवत, वाचकाला आपल्या लेखनात गुंतवून ठेवणे, इतकेच नाही तर त्या वातावरणाचा एक भाग बनविण्याचे कसब ज्या काही लेखकांना साध्य झाले; त्यांपैकी नारायण धारप एक आहेत, ही गोष्टही आवर्जून नमूद करण्यासारखी आहे. त्यामुळेच दूरदर्शन आणि इतर प्रसारमाध्यमांची फारशी चलती नव्हती, त्या काळात सामान्य वाचक अतिशय आतुरतेने त्यांच्या लेखनाची वाट पाहत असत. वाचनालयात विशेषतः सर्क्युलेटिंग लायब्ररीजमधून त्यांची पुस्तके वाचायला मिळविण्यासाठी वाचक रांगा लावीत असत, ही गोष्ट त्यांच्या लेखनाची वाचकप्रियता स्पष्ट करण्यास पुरेशी आहे.

माणसाला नेहमीच कोणतेही रहस्य जाणून घेण्याची मुळातच उत्कंठा असते. हे समाधान वाचनातून मिळते, तितके दुसऱ्या कोणत्याही माध्यमातून मिळत नसल्यामुळे वाचनाकडे आकर्षित झालेली नवी पिढी रहस्यमय कथा, कादंबऱ्याच्या प्रतीक्षेत आहे. या वाचकांची वाचनाची भूक भागविण्यासाठी नारायण धारप यांचे रहस्यमय साहित्य पुन्हा नव्याने प्रकाशित करण्याचा आम्ही निर्णय घेतला आहे.

नारायण धारप यांचे रहस्यमय साहित्य चांगल्या आणि दर्जेदार स्वरूपात प्रकाशित केल्यामुळे वाचकांना त्याचा अतिशय योग्य प्रकारे आणि मनासारखा आस्वाद घेता येईल, असे वाटते. नव्या स्वरूपातील या अस्सल मराठी रहस्य साहित्याचे वाचक नक्कीच स्वागत करतील, अशी खात्री आहे.

- प्रकाशक

१

रॉकेट सपाट्याने उतरलं. कलकत्त्याच्या पोर्टशॉपमध्ये मोहनने त्याच्यासाठी आणि मायासाठी दोन रॉकेट गोळ्या घेतल्या होत्या. ही शेवटच्या क्षणाची पोटात गोळा उठल्याची संवेदना त्या गोळयांनी टळते असा सर्वांचा समज होता. मोहनने स्वतःपेक्षा मायासाठीच त्या घेतल्या होत्या. तोंडात टाकताच त्याला शंका आली होती. या गोळयांत पेपरमिंटशिवाय इतर काही नाही. एक रुपयाला एक पेपरमिंट ! तो मनाशीच कडवटपणे हसला. जाऊ द्या! नाहीतरी पाण्यासारखा पैसा खर्च होत आहेच ! त्यात एवढ्याचं काय विशेष? रॉकेट खाली टेकताच त्याने आपला व मायाचा पट्टा सोडला व विचारलं,

"काय गं? जरा कालवाकालव झाली ना?"

"नाही मोहन, या गोळया फार उपयोगी पडल्या बघ."

तो अगदी म्हणायच्या बेतात आला होता, 'असं?' पण त्याने ते शब्द आतच ठेवले. हे पेपरमिंट विकणारे लोक त्याच्यापेक्षा जास्त हुशार होते एकंदरीत!

ट्युबमधून एकेकजण खाली आला. सीमेंटीनच्या प्रचंड विस्तारावर चकाकणारी रॉकेट्स ज्योतीसारखी उभी होती. हजारो लोकांची जा-ये चालली होती. गर्दीतून वाट काढण्यासाठी त्याने मायाचा हात धरला.

पोर्टच्या प्रचंड इमारतीजवळ दोघे आले. इमारतीला या बाजूला खूप मोठ्या कमानी होत्या. त्यांपैकी एकीतून दोघे आतल्या थंड हवेमध्ये आले. समोरच तिकीट तपासणाऱ्या यांत्रिक खिडक्यांची रांगच्या रांग होती. त्यांपैकी एका खिडकीच्या काचेवर त्याने व शेजारच्या खिडकीच्या काचेवर मायाने आपली आपली तिकिटे धरली. त्यांनी ती धरून एकशतांश सेकंद होतो न होतो तोच समोरच्या दारावर हिरवे दिवे आले व दोघेजण दोन दारांतून बाहेर आले.

येथे जरी भरपूर प्रकाश होता, उंच उंच खांबांमधून लहान लहान तळी होती, एक लहानशी बागही होती; तरी ते अजून रॉकेटपोर्टच्या इमारतीतच होते. सर्वत्र आरामशीर बाकं होती व वेगवेगळ्या भागांत वेगवेगळं संगीत ऐकू

येतं होतं; पण आता मोहनचं लक्ष व्हिजीफोनच्या खोल्या कोठे आहेत इकडे होतं. उजव्या हाताला त्याला त्या खोल्यांची रांगच्या रांग दिसली.

मायाला घेऊन तो तिकडे गेला व मोकळ्या दिसणाऱ्या एका खोलीत दोघे गेले. खिशातून त्याने कागद काढून त्याप्रमाणे समोरच्या यंत्रापुढच्या बटणपट्टीवर आद्याक्षरे व अंक दाबले. समोरचा काचेचा चौकोन एकदम प्रकाशित झाला; पण तेथे कोणाचा चेहरा मात्र आला नाही.

"भारतीय रसायन, आपल्याला कोण हवं आहे?"

या स्त्रीचा आवाज शांत, मोहक, ऐकणाऱ्यांच्या मनात स्वतःविषयी मोठेपणा उत्पन्न करणारा होता. त्यासाठीच तिला खास नेमलं होतं.

"मला प्रयोगकेन्द्राचे सिंग यांच्याशी बोलावयाचं आहे."

"त्यांना आपली ओळख कशी करून द्यावयाची?"

"मोहन संत."

"एक क्षणभर थांबा हं."

ती आतमध्ये बोलत असताना काचेवर मनोवेधक रंग पसरू लागले. ते दूर झाले आणि डॉ. सिंग यांचा दाढीने भरलेला चेहरा समोर आला.

"हॅलो- हॅलो-संत का? केव्हा आलात?"

"मी आताच उतरतो आहे. पोर्टवरूनच बोलतोय."

"राइट. आमच्या कंपनीचा बे. नं. १४ तेथे आहेच. मी त्याला इकडून कळवतो. आपल्याला तो हॉस्टेलमध्ये घेऊन जाईल. एकटेच आहात?"

"नाही, नाही, माझ्या मिसेस माझ्याबरोबर आहेत."

"फार छान ! फार छान ! हॉस्टेलवर या व मग मला भेटा."

"आभारी आहे."

त्याने बटण दाबून यंत्र बंद केलं व मायाला घेऊन तो त्या प्रचंड इमारतीच्या बाहेर पडला. आतमध्ये थंड सुवासिक हवेचा भास निर्माण केला होता; पण शेवटची काचेची दारं उघडताच मुंबईच्या खारट, दमट आणि उष्ण हवेचा भपकारा त्यांच्यावर आला. ठीक आहे, तो काही या हवेला परका नव्हता. कलकत्ता काय आणि मुंबई काय !

इसवी सन २००० संपत आले होते. तिसऱ्या सहस्रकाच्या पहिल्या दिवसासाठी सर्व जगात समारंभ होणार होते. त्यासाठी मुंबईमध्येही जोरात

तयारी चालली होती. समोरच्या कोपऱ्यावरची खूप मोठी जुनी इमारत पार पाडण्यात आली होती व त्या जागी दुसऱ्या सहस्रकाची स्मृती म्हणून एक स्मारक बांधण्यात येत होतं. मोहनला वाटलं, या हजार वर्षांत मानवजातीने ध्यानात ठेवण्यासारखं असं काय केलं आहे? शास्त्रीय शोध जर सोडले तर बाकी काय अशी प्रगती झाली आहे? कोणता नवीन धर्म स्थापन केला आहे? त्याच जुन्या प्रश्नांचा मानवी मने अजून कीस काढत बसली आहेत. एक क्षणभर त्याने मनात नवल केलं या स्मारकाच्या इमारतीत ठेवणार तरी काय आहेत? पण त्याला माहीत होतं - स्मारक समितीला हा प्रश्न कधीही पडणार नाही. वेगवेगळ्या लोकांनी वेगवेगळ्या मार्गांनी आपल्या मनाचीच गोष्ट तेथे राहावी याची तरतूद केव्हाच करून ठेवलेली असणार!

विचार करीत करीत तो समोरच्या टॅक्सी स्टॅंडजवळ आला. बे. नं. १४ वर 'भारतीय रसायन' अशी पाटी होती व त्याखाली त्यांची अणूच्या साखळीची खूण होती. हेलिकॅबचा ड्रायव्हर-पायलट दार उघडून उभा होता. त्यांना जवळ येताना पाहताच तो पुढे आला व म्हणाला,

"श्री व सौ. संत?"

"होय."

"बसा."

मागे चौघांना बसायची सोय होती. दोघे आत बसताच हेलिकॅब सरळ वर गेली व त्यांच्यासाठी राखून ठेवलेल्या पातळीवर सरळ वळून रस्त्याला लागली. माया प्रथमच मुंबईस येत होती. तिला मोहनने वरून महत्त्वाची अशी ठिकाणं दाखविली.

डोंगरांच्या अगदी पायथ्याशी भारतीय रसायनाची स्वतःची विस्तीर्ण जागा होती. अगदी मागच्या बाजूस निसर्गरम्य प्रदेशात कार्यकारी व पाहुणे यांच्यासाठी हॉस्टेल्स होती. त्यांच्या प्रांगणात हेलिकॅब उतरली. दोघे बाहेर येताच हॉस्टेलचा नोकर त्यांच्यासाठी तयार होता. त्यांना घेऊन तो त्यांच्या खोल्यांपर्यंत आला व खोलीची किल्ली त्यांच्याजवळ देऊन, निघून गेला.

दोघे आत आले. आत सर्व व्यवस्था उत्तम होती. त्यांनी दार उघडताच मुख्य कार्यालयात ती सूचना मिळाली असली पाहिजे, कारण लागलीच व्हिजीफोनची संकेतवजा घंटा वाजली. मोहन समोर उभा राहताच, मग

समोरच्या काचेवर एका अधिकाऱ्याचा चेहरा आला. मोहनकडे पाहून तो हसला.

"श्री. व सौ. संत नाही का? 'भारतीय रसायन'तर्फे मी आपले स्वागत करतो. सात दिवसांपर्यंत आपण माझे पाहुणे आहात."

"आभारी आहे."

"जेवण्याखाण्यासाठी आपण मेसमध्ये याल की खोलीवर पाठवायचं?"

"मेसमध्येच अर्थात."

या वेळी एकट्याने खाणं, बाहेरच्यांत न मिसळणं हा जरी दुर्गुण नाही तरी विचित्रपणा मानला जात होता. समाजाच्या कल्पना! त्या केव्हा व कशा बदलतील कोणी सांगावं?

"छान, छान आणखी काही जरुरी लागली तर मला कळवा."

"होय."

दिवा मालवला व यंत्र बंद पडलं. मोहन मायाकडे वळला.

"ही मुंबई आहे माया !"

माया हसून म्हणाली,

"सांगितल्याशिवाय कळणार नाही मोहन, कलकत्ता आणि मुंबई ! काडीइतकाही फरक नाही !"

"लंडन, न्यूयॉर्क, पॅरिसला जाऊन आलेलेही हेच सांगतात - साऱ्या जगभर हा प्रकार आहे म्हणे. एकाने काही नवीन केलं, की त्याची नक्कल पाहता पाहता दुसरीकडे, सगळीकडे होते." मोहन तिच्याजवळ येत म्हणाला, "पण तुझ्यासारखे सौंदर्य काही पॅरिस, लंडनला पाहायला मिळणार नाही !" त्याने तिच्या गालावर एक टिचकी मारली.

माया हसत हसत म्हणाली,

"आता म्हणे प्रेमाचे धडे द्यायलाही एक यंत्र निघालयं !"

"आणि बहुतेक ते एखाद्या स्त्रीने शोधलेले असणार !"

"मोहन, तू आता तिकडे जाणार आहेस?"

"होय, मी त्यांना एकदा भेटून येतो. आजचे हे संबंध पाहिले, की वाटतं, खरोखर मजा करण्यासाठी लोक एकत्र जमतात आणि फावल्या वेळात काही काम करतात."

"तुला कशाला त्याची फिकीर हवी? पगाराचा आकडा ठरला का?"

"अजून ते तीस हजारांच्या वर चढायला तयार नाहीत आणि मी पन्नास हजारांच्या खाली यायला तयार नाही."

"म्हणजे शेवटी चाळीस ठरणार?"

"ते आम्हा दोघांनाही माहीत आहे. ठीक आहे, मी येतोच."

बाहेर जाऊन त्याने दारावरच्या दुधाळ काचेवर आपला अंगठा टेकवला व वरती हिरवा दिवा लागताच काढून घेतला. आता त्याच्याशिवाय हे दार कोणालाही उघडता येणार नव्हतं.

कंपाउंडच्या दाराशीच मोठी गाडी उभी होती. मोहन जवळ येताच ड्रायव्हर खाली उतरला. सलाम ठोकून म्हणाला,

"साहेब, कारखान्यात?"

"नाही, प्रयोगशाळेत."

"ठीक. आहे, चला."

बसता बसता त्याने पाहिलं, की गाडीवर 'रसायन'ची खूण होती. एकाकी रस्त्यावरून गाडी भरधाव निघाली. मागच्या कंपार्टमेंटमध्ये रेडिओचं मंद संगीत चालू होतं. त्यावर मधून मधून जाहिरातीही येत होत्या. नशीब, की येथे टेलिव्हिजन नव्हते !

प्रयोगशाळेच्या दाराशी गाडी थांबली. मोहन उतरला आणि आत गेला. समोरच्या भिंतीवर सर्व इमारतीचा आराखडा काढलेला होता, त्यात त्याने डॉ. सिंग यांचं ऑफिस कोठे आहे ते पाहिलं व त्याप्रमाणे तो त्या लिफ्टमध्ये गेला.

डॉ. सिंग यांना एकट्याला प्रशस्त ऑफिस मिळालं होतं. मोहन आत जाताच त्यांनी खुर्चीवरून उठून त्याचं स्वागत केलं व समोरच्या खुर्चीवर बसायची सूचना केली. डॉ. सिंग मध्यम उंचीचे; पण चेहऱ्याने तरतरीत होते.

"हं, काय संत? व्यवस्था कशी झाली आहे? काही कमी नाही ना?"

"नाही. नाही. अगदी उत्तम."

"राइट. तुमच्या महिन्याच्या मानधनाबद्दल आज दुपारी मीटिंगमध्ये नक्की काहीतरी ठरेल. मला वाटतं, तुम्ही निराश होणार नाही- तोपर्यंत मी तुमची तुमच्या सहकाऱ्यांशी गाठ घालून देतो. ठीक?"

"ठीक."

डॉ. सिंग स्वतः त्याच्याबरोबर बाहेर आले व दोघेजण आणखी वरच्या मजल्यावर गेले. ज्या भागात त्यांनी प्रवेश केला, तेथे दाराच्या वरच 'भारतीय रसायन-संकलन' अशी पाटी होती.

"प्रा. जयदेव मुखर्जींचं नाव तुम्ही ऐकलं आहे?"

"अर्थात, अर्थात."

"जयदेव मुखर्जी या भागाचे प्रमुख आहेत. ते तुमच्याबरोबर काम करतील..." (मोहनने मनाशी विचार केला- सिंगनी' त्यांच्या हाताखाली तुम्हाला काम करावयाचं आहे.' असं म्हटलं नाही.)

ते दोघे आत गेले. जयदेव मुखर्जी मुख्य प्रयोगशाळेत होते असं त्यांना समजलं. आतली सर्वच बांधणी, मांडणी अत्यंत आकर्षक होती. रंग मनाला शांतता देणारे, उल्हसित करणारे होते. प्रयोगाची उपकरणंसुद्धा सौंदर्यावर दृष्टी ठेवून बनविलेली होती.

मुख्य प्रयोगशाळा जवळजवळ साठ फुटांची चौरस खोली होती. आतमध्ये अनेक लोक आपापल्या कामात गर्क होते. वेगवेगळी यंत्रं स्वतःशीच आपल्या रहस्यमय आवाजात गुणगुणत होती. तबकड्यांवर विजेच्या हिरव्या रेषा उमटत होत्या. वेडेवाकडे आकार घेत होत्या. तबकड्यांवर लहानमोठे काटे मागेपुढे हालचाल करीत होते.

समोरच्या प्रशस्त खिडकीबाहेर पाहत एक उंच, कृश आकृती उभी होती. या गलबलाटाकडे पाठीशी हात ठेवून, बाहेर पाहत उभ्या असलेल्या त्या व्यक्तीचं लक्षही नसावं.

ते दोघे मागे अगदी जवळ येऊन उभे राहिले, तरी ते गृहस्थ मागे वळले नाहीत. डॉ. सिंगनी स्वतःशीच घसा साफ केला तेव्हा मात्र एकदम दचकून ते गृहस्थ मागे वळले.

"अरेच्या डॉ. सिंग, या या. काय काम आहे?"

"नमस्कार जयदेव, मी आपल्याजवळ मोहन संतबद्दल बोललो होतो ना?"

"हे का मोहन संत?" जयदेवच्या चेहऱ्यावर खरोखरच स्वागताचं हास्य उमटलं व क्षणभर त्याच्या चेहऱ्यावरचा उदासपणा पार नाहीसा झाला. हात पुढे करून, त्यांनी मोहनचा हात हातात घेतला- "मोहन, माझी कल्पना होती त्यापेक्षा तू पुष्कळच तरुण आहेस."

मोहनलाही जयदेवकडे पाहून हाच विचार सुचला होता.

"आणि मलाही तुमच्याबद्दल तेच वाटलं, प्रा. मुखर्जी."

जयदेव - "जयदेव. प्रा. मुखर्जी नाही."

"अं?"

"एकमेकांशी पूर्ण सहकार व्हावा या हेतूने" एक प्रकारच्या गर्भित अर्थाने डॉ. सिंगकडे पाहत जयदेव म्हणाला, "सर्वांनी एकमेकांना पहिल्याच नावाने हाक मारावी, असा येथे सर्वांना आदेश देण्यात आला आहे. निदान एकाच विभागात काम करणारे आपण तरी तो पाळूया."

डॉ. सिंग रोखलेल्या नजरेने जयदेवकडे पाहत होते. मोहनला वाटलं, त्या दोघांत सध्या आपल्याला न समजण्यासारखी काहीतरी अशब्द अशी सूचना-प्रतिसूचना चालली आहे.

डॉ. सिंग एकदम म्हणाले,

"ठीक आहे. तुमची दोघांची ओळख झाली आहे. मी जातो."

चटदिशी पाठ फिरवून ते निघून गेले.

"मोहन, चल माझ्या खोलीत."

काही न बोलता मोहन त्याच्यामागोमाग त्याच्या खोलीत गेला. ती खोली मोहनच्या अपेक्षेप्रमाणे राजेशाही थाटाची नव्हती. एका खूप लांबच लांब टेबलावर मायक्रोफिल्मस, उपकरणं यांचा पसारा पडला होता.

"बस ना आणि खरोखरच मला 'जयदेव' अशी हाक मार."

सुरुवातीस मोहनला ते खरोखरच जरा कठीण गेलं.

"मोहन, तुझे वॉंडरिंग मॉलिक्यूलवरचं काम माझ्या पाहण्यात आलं आहे. मी त्याबद्दल तुझं अभिनंदन करतो. एक अत्यंत उत्कृष्ट कल्पना आणि ती तितक्याच प्रभावीपणे हाताळली गेली."

जयदेव मोहनच्या कलकत्त्याच्या पूर्वीच्या कामाबद्दल बोलत होता.

"मी आमच्या कंपनीला तुला आमच्यात घेण्याचा प्रयत्न करण्याची सूचना दिली. तुझं काम तर विलक्षण आहेच; पण त्यामध्ये तू जो स्वतंत्र दृष्टिकोन दाखवला आहेस, त्यानेच तो प्रबंध माझ्या एकदम नजरेत भरला."

"जयदेव, तुझंही काम सारखं जगाच्या नजरेसमोर आहेच की."

जयदेवने ती बाब हातांनी हवेत दूर सारल्यासारखी केली. मायक्रोफिल्मचे

एक पॅकेट मोहनपुढे सारीत जयदेव म्हणाला-

"या गठ्ठ्यात आमच्या प्रोजेक्टपैकी काही आहेत. ते सर्व आजउद्या एकदोन दिवस नीट पाहा. मग त्यांपैकी तुला कोणते पसंत पडतात ते सांग. मग आपण त्यावर चर्चा करू व आपली स्कीम वर पाठवू."

मोहनने तो गठ्ठा जवळ ओढला.

"तुझ्या राहण्याच्या जागेची काही व्यवस्था केलीस का?"

"नाही, अजून 'रसायन' हॉस्टेलमध्येच आहे."

जयदवने - ड्रॉवरमधून काही छापील प्लॅस्टिक कार्डं मोहनजवळ दिली.

"या पत्त्यांपैकी एखाद्या ठिकाणी जागा पाहा."

"तुझ्या ओळखीचे वगैरे लोक आहेत?"

"नाही; पण कंपनीकडे नवीन ब्लॉक्स तयार झाले, की त्यांची सर्क्युलर्स नेहमी येत असतात. आजकाल नवीन जागांना असलेली भाडी परवडणारे लोक आपल्यासारख्या कंपन्यांतच फक्त त्यांना मिळतात."

तेवढ्यावर त्यांची मुलाखत संपली. मोहनने सर्व प्रयोगशाळा हिंडून पाहिली. कोणत्याही कर्मचाऱ्याला त्याने काहीही विचारलं नाही. प्रयोगाच्या मांडणीवरून जेवढा तर्क करता आला तेवढ्यावरच त्याने समाधान मानलं; पण इतक्या अद्ययावत साधनांनी युक्त असलेल्या ठिकाणी आता आपल्याला काम करायला मिळणार आहे याचं त्याला समाधान वाटलं.

मायक्रोफिल्म पाहावयाचं यंत्र घेऊन, तो एका लहानशा खोलीत एकट्याने बसला व शांतपणे एक एक प्रोजेक्ट पाहू लागला. प्रत्येक वेळी त्याचं मन त्या त्या शाखेत विचारमग्न होऊन जात होतं.

चारच्या ठोक्यांनी तो भानावर आला व उरलेल्या फिल्मस घेऊन जयदेवकडे आला. काही मामुली बोलणे होऊन, त्यांनी एकमेकांचा निरोप घेतला. खालच्या दारापाशी गाड्या तयार होत्या. ज्या गाडीवर 'रसायन हॉस्टेल' अशी खूण होती त्या गाडीत मोहन बसला. इतर कोणाची वाट न पाहता ड्रायव्हरने गाडी सुरू केली व त्याला हॉस्टेलच्या फाटकापाशी आणून सोडलं.

२

दाराच्या चौकोनावर त्याने अंगठा टेकविताच दार उघडलं गेल. माया त्याची वाटच पाहत होती. त्यांच्या सामानाच्या बॅग्ज एव्हाना खोलीत येऊन पडल्या होत्या. मोहनने स्नान केलं, कपडे बदलले व दोघेजण बाहेर पडले.

"आज माझ्याकडे लक्ष नाही वाटतं?"

मायाच्या स्वरात जरासा राग होता, किंचित आश्चर्याने त्याने परत तिच्याकडे पाहिलं; पण ती म्हणत होती ती गोष्ट खरी होती. त्याच्या कामाच्या नादात तो जरा वेळ तिला विसरला होता. तिच्या अंगावर जांभळया रंगाचे कपडे होते आणि शरीरसौष्ठव जास्तीत जास्त कसं उठून दिसेल या दृष्टीनेच त्यांची रचना केली होती. मायाच्या सौंदर्याबद्दल वादच नव्हता; पण आता जरी त्याने तिला मनापासून म्हटले -

"वा ! वा ! काय बेफाट दिसतेस तू !"

तरी दुसऱ्याच क्षणी त्याचं लक्ष परत प्रयोगशाळा, जयदेव व डॉ. सिंग यांच्यावर गेलं. अर्थात त्याला इतर गोष्टीकडे लक्ष देण्याची जरुरी नव्हती. एकदा तो कामाला लागला, की दिवसाचे चोवीस ताससुद्धा त्याला अपुरे पडत असत; पण त्या दोघांच्यात काहीतरी गुप्त देवाण-घेवाण झाली असा त्याचा एक प्रकारचा समज झाला होता.

"मोहन !"

मायाच्या आवाजाने तो एकदम ताळ्यावर आला.

"आज रात्री आपण जाऊ कोठेतरी; पण आता शनिवार-रविवार शिवाय इतर दिवशी जमणार नाही. हं,"

"का बरं?"

"आता माझं काम नाही का सुरू होणार?"

"पण तू चारला मोकळा होतोस ना रोज?"

"चारची वेळ आहे; पण एकदा प्रयोग सुरू झाले, की मग ते असे अधेमधे सोडता येणार नाहीत."

"पण कलकत्त्याला तर तू रोज नेमाने पाचला परत येत होतास."

"ओ, हां त्या वेळी माझ्या हातात काही काम नव्हतं."

"पण मग मी रोज संध्याकाळी काय करू?"

काही ना काही कारणाने मोहनला तिच्या आवाजातला कडवटपणा बोचला. तिचं मन रमवायला मीच सदासर्वदा तिच्यासमोर उभा राहावयाला हवा अशी तिची समजूत झाली आहे की काय? आश्चर्याने त्याने विचार केला.

"माया, खोलीत टेलिव्हिजन आहे. मनोरंजनाला विचारून एखादा शो पाहा, नाटक पाहा, इतर ट्रिप्स असतात. बायकांचा एखादा क्लब पाहा."

माया काही बोलली नाही; पण तिला त्याचे शब्द रुचले नाहीत हे त्याला स्पष्ट दिसलं. मेसमध्ये त्यांनी हलका आहार घेतला व त्या दिवशी संध्याकाळी कोठे कोठे काय काय कार्यक्रम होते ते पाहिलं. या साऱ्या गोष्टींवरून मोहनचं लक्ष एकाएकी उडालं होतं. मायालाच त्याने पसंती करायला सांगितली. एक नवीन चित्रनाटक सुरू झालं होतं, त्याची सर्वत्र चर्चा होत होती. ते तिनं पसंत केलं.

ते थिअटरजवळ पोहोचले तेव्हा तेथे खरोखरच प्रचंड गर्दी होती. मोहनने सरळ ऑफिसची वाट धरली. आत एक मध्यमवयीन बाई होती.

"या, काय हवं?"

"भारत रसायनकरिता काही जागा ठेवलेल्या आहेत का?"

"एक सेकंदभर थांबा हं. आपलं नाव काय आहे?"

"मोहन संत,"

तिने फोनवरून आत चौकशी केली. जरा वेळाने ती म्हणाली,

"आपल्यासाठी दोन सीट्स तयार आहेत."

त्याने आपले कार्ड तिच्या हाती दिलं. त्यावरचा नंबर तिने लिहून घेतला व एका खास माणसाने त्यांना आत नेऊन बसवलं. एका बाजूने पडद्यावर चित्रपटातील पार्श्वभूमी दाखविली जात होती व त्यासमोर खरंखुरं नाटक चाललं होतं. मोहनचं कथेकडे (खास कथा ही अशी नव्हतीच) फारसं लक्ष नव्हतं; पण पार्श्वसंगीताने मात्र त्याचं लक्ष वेधून घेतलं होतं. काही काही सुरांनी त्याच्या मनाची अगदी कालवाकालव होत होती. अजून खऱ्याखुऱ्या ध्वनिशास्त्राचा संगीतशास्त्रात प्रवेश झाला नाही याबद्दल मोहनला हायसं वाटलं (कलकत्याला त्याच्या एका सहकाऱ्याने केवळ गणिताच्या साहाय्याने अशा काही सूरमालिका तयार केल्या होत्या, की त्या ऐकताच मोठी मोठी माणसं

ढसाढसा रडायला लागत असत. या फालतू लोकांच्या हाती हे तीक्ष्ण शस्त्र एकदा लागलं, की संपलंच !)

दुसऱ्या अंकाच्या शेवटीच माया कंटाळून उठली. सारं तिच्या पलीकडचं होतं असं दिसलं. त्याचीही बाहेर जायला हरकत नव्हती.

बाहेर अंधार होता. एका गाडीतून ते किनाऱ्यावर गेले. लांबवर अनेक जहाजं तरंगत होती. त्यांच्यावर रंगीबेरंगी लखलखाट होता. तेथे नाच, गाणी, जुगार (आणि इतरही अनेक निषिद्ध प्रकार) चालले होते. आजचा ढिला कायदाही जे प्रकार मान्य करायला तयार नव्हता असले !

सरतेशेवटी चाळीस हजारांवरच तडजोड झाली. (इतर सर्व फायदे धरून मोहनची मासिक प्राप्ती पहिल्या वर्षी साठ हजारांपर्यंत जाणार होती.) मोहनने कामास सुरुवात केली. त्यातल्या त्यात वेळ काढून तो व माया यांनी जयदेवने दिलेल्या जागा पाहिल्या व शेवटी तीन खोल्यांची एक साधारण जागा नऊ हजार रुपयांना नक्की केली. खरोखर मायाचं समाधान झालं नव्हतं. रोज टेलिव्हिजनवर येणाऱ्या जाहिरातींकडे ती मोहनचं लक्ष वेधण्याचा खूप प्रयत्न करीत होती; पण सध्या तरी मोहन जयदेवने दिलेल्या यादीपलीकडे पाहायला तयार नव्हता.

नवीन जागेत राहायला आल्यावर पहिलाच शनिवार होता. सकाळीच त्याला जयदेवचा फोन आला :

"काय मोहन?आज काही खास कार्यक्रम?"

"काही नाही."

"समुद्रावर येणार का माझ्याबरोबर?"

"एखाद्या क्लबमध्ये जायचं आहे काय?"

'पाहू, नाही तर नुसतीच चक्कर मारू."

"थांब हं. मायाला विचारतो-"

मायाने जरा नाखुषीनेच त्याला परवानगी दिली.

"ठीक आहे कोठे भेटू?"

"भारत भाग्य कमान? राइट. अर्ध्या तासात."

मोहन वेळेवर तेथे पोहोचला. कमान म्हणजे खरोखर एक प्रचंड चौक होता. त्याच्या डाव्या हातालाच हेलिस्टँड होता. त्याच्या दाराशीच जयदेव उभा

असलेला मोहनला दिसला. त्यांनी टॅक्सी केली व ते बंदरावर पोहोचले. दिवसासाठी त्यांनी मोटारलॉंच घेतली व ते दोघेजण बाहेर निघाले.

लांबवरून सागरतट बांधल्यापासून येथलं पाणी एखाद्या सरोवरासारखं शांत झालं होतं. त्याच्या परिसरात ठिकठिकाणी कृत्रिम बेटं तयार केली होती. त्यांतली काही अगदी लहान, शंभर सव्वाशे फुटांची अशी होती, (खास प्रेमिकांकरिता) तर काही काही खूपच मोठी होती.

वर हिरवा दिवा असलेलं मोकळं लहान बेट पाहून जयदेवने बोट आतल्या कप्प्यात घेतली व दोघे जण खाली उतरले. सफरीसाठी खास तयार केलेली असल्याने बोटीवर खाद्यपदार्थांची पेटी, शिवाय संगीताची साधनं हे सर्व होतं. ते सामान बरोबर घेऊन, दोघे वर चढले. वरती प्लॅस्टिकची कृत्रिम झाडं होती; पण त्यांची सावलीही सुंदर व शीतल होती. हिरव्याचा तांबडा दिवा करून, दोघे सावलीत पसरले.

संगीताच्या यंत्रात जयदेवने आपल्याजवळची एक जुनी दिसणारी टेप घातली व यंत्र सुरू केलं. ते कोणतं तरी तंतुवाद्य होतं व एकटाच कोणीतरी वाजवीत होता. मोहन लक्ष देऊन ऐकू लागला. जयदेव मोहनकडे निरखून पाहत होता. टेप संपल्यावर यंत्र बंद करीत जयदेव म्हणाला,

"कसं काय वाटलं मोहन?"

"उत्तम होती, विशेषतः काही काही भाग तर अप्रतिम आहेत."

"कोठे घेतली असेल असं वाटतं?"

"खास ऑर्डर दिली असशील."

"नाही, एका क्यूरियोशॉपमध्ये मिळाली पाच रुपयांना !"

"पाच रुपयांना ! ही सबंध टेप?"

"हो ! आणखी त्याच्याकडे पेटीभर अशा पडल्या आहेत."

"पण असं कसं? नव्याची किंमत तीनशेहून कमी असणार नाही."

"ही नवी नाही, जवळजवळ तीस वर्षांपूर्वी कोणीतरी काढलेली आहे."

"अस्सं."

"आणि आता या कोण विकत घेतो? आवडीही बदलल्या आहेत. शिवाय यंत्रात घाला, संपल्यावर बंद करा. एवढी यातायात कोण करतो?" जयदेव म्हणाला, "सर्वांना सगळं आयतं हवं असतं, एवढासुद्धा त्रास नको."

मोहनला एकदम मायाची आठवण झाली. जयदेवनेही तेच विचारलं-

"येथे कसं काय? बस्तान नीट बसलं का?"

"माझं काय रे ? सगळं लक्ष कामात लागेल आणि वेळही तेथेच जाईल."

"मग?"

"ही माया आहे ना? ती काही तितकीशी समाधानी दिसत नाही."

"मोहन, एक खासगी प्रश्न विचारू का?"

"वेल?"

"तुमचं कसं काय आहे? म्हणजे लग्न झालं आहे की करार आहे?"

"करार आहे, सहा महिन्यांचा."

"पण तुझ्या मनात?"

"मी अजून काही विचार केला नाही."

"तुम्ही केव्हा एकत्र आलात?"

"दोन महिन्यांपूर्वीच."

"म्हणजे कलकत्त्याला तुला बक्षीस मिळाल्यावर?"

"यस-एस-लागलीच."

"गेला महिनाभर मोकळाच होतास, नाही का?"

"मोकळा होतो; पण मला काही कामाशिवाय चैन पडत नव्हतं बघं."

"तुला असं वाटतं नाही" माया पैसा आणि प्रसिद्धी यांनी भुरळून जाऊन...?" जयदेव गप्प बसला व परत म्हणाला, "प्रश्नाचा राग मानू नकोस हं."

"राग मानण्यासारखं काय आहे? तसं असेलही कदाचित. ती या मॉडेल धंद्यात होती; पण खरं म्हणजे मी अजून विचारच केला नाही."

जयदेवनं ती टेप काढली, त्या जागी दुसरी घातली. एकटाच कोणीतरी गात होता. मोहनने तो आवाज, त्यातील चढउतार नीट ऐकण्यास सुरुवात केली. मगाच्या वाद्य-संगीताची चमक याच्यात नव्हती. अर्ध्यावरच त्याने यंत्र बंद केलं. टेपच्या पेटीतील आणखी काही बाहेर काढून, त्यांपैकी काही त्याने लावल्या. काही काही संगीताच्या लहरी ऐकताना त्याचं मन उचंबळून आलं, मनाला अगदी हलवून सोडणारी अनिश्चित भावनावलये उठली.

प्लॅस्टिकच्या झाडाला टेकून जयदेव डोळे मिटून शांत बसला होता. जेव्हा मोहनने यंत्र शेवटचं बंद केलं तेव्हा जयदेवने डोळे उघडले.

"मोहन, शास्त्रीय वाचनाव्यतिरिक्त तू काय काय वाचतोस?"

“म्हणजे पुस्तकं?”

“हो, पुस्तकं म्हण, वर्तमानपत्र म्हण.”

“ते वाचायची काय जरुरी आहे? टेलिव्हिजनवर त्यांच्या संक्षिप्त आवृत्त्या येतात, पुस्तकांची परीक्षणं येतात, सर्व काही येतं.”

“इतर कोणत्या मंडळाचा सभासद आहेस?”

“येथे तर अजून कोठे गेलो नाही; पण ‘रसायन’चा प्रतिनिधी माझ्याकडे आला होता. मी एकंदर पाहिलं तर त्यांचे कार्यक्रम भरपूर आहेत.”

“आणि तू त्यांतच जावेस अशी त्यांची इच्छा असेल.”

“पण अर्थात ! तुझ्या सुरावरून तुला ते पसंत नाहीसं दिसतं.”

“मनोरंजन म्हणून ठीक आहे; पण मला वाटतं ते आपल्याला चोवीस तास बांधून ठेवू पाहतात.”

“तू सभासद आहेस ना, जयदेव?”

“आपल्याला - वरच्या अधिकाऱ्यांना तर सभासद असणं आवश्यकच असतं. नाहीतर त्यांना लागलीच ते वेगळं, संशयास्पद वाटू लागतं.”

“जयदेव, तुला एक विचारू का?”

“खुशाल,”

“सिंगचं आणि तुझं नीटसं जमत नाही का?”

“वेल, तुझ्या लक्षात एवढ्यातच आलं वाटतं?”

“प्रश्न टाळू नकोस.”

“आहा ! ही चिकित्सक बुद्धी ! तीव्र ज्ञानाची भूक !”

मोहनला वाटलं, क्षणभर जयदेव आपला उपहासच करीत आहे; पण नाही. त्याचे डोळे मोहनवर खिळलेले होते व त्यात थट्टा नव्हती. एक प्रकारचा प्रश्न होता, आपली त्याच्या वागण्यावर काय प्रतिक्रिया होते हे जयदेव सूक्ष्मपणे पाहत होता.

“ऑल राईट, ती काही वावगी नाही, आता सांग, जयदेव !”

“सिंग फार फार हुशार माणूस आहे आणि त्याला माझा संशय आला आहे.”

“संशय? तुझा !”

“होय, मोहन. डॉ. सिंगची डॉक्टरेट कशातली आहे माहीत आहे का?”

“नाही.”

"वेल, तो रसायनशास्त्रातला डॉक्टर नाही. मानशास्त्रातला डॉक्टर आहे."

"मानसशास्त्रातला?"

"होय आणि 'भारतीय रसायन'च्या सर्व शास्त्रांचे मुख्य त्याच्यासारखेच मानसशास्त्रातले तज्ज्ञ आहेत. तुझ्या मनात याचा काही संदर्भ लागतो का?"

"नाही."

"मोहन, प्रत्येक माणसाच्या आयुष्यावर, वागणुकीवर, बोलण्याचालण्यावर त्यांचं फार बारकाईने लक्ष असतं आणि त्यासाठीच मी तुला समुद्रावरच्या एकाकी ठिकाणी आणलं आहे आणि माझी अशी इच्छा आहे, की या आपल्या भेटीचा तू कोठेही, निदान प्रयोगशाळेत तरी उल्लेख करू नयेस."

"जयदेव, तू एखाद्या रहस्यासारखा बोलत आहेस."

"मी काहीही सांगत नाही, फक्त तुझे कान व डोळे उघडे ठेव व भोवती काय काय चालतं ते लक्ष देऊन पाहा."

त्यांनी भोजनपेटी उघडली, भोजन केलं, दोन-तीन प्रकारच्या सौम्य मद्याच्या बाटल्याही उघडल्या. दुपारी सूर्य कलायला लागल्यावर त्यांनी परत जायची तयारी केली. इतका सारा वेळ त्यांचं कोणत्या ना कोणत्या तरी विषयावर बोलणं चालू होतं; पण मोहनने जेव्हा जेव्हा सुरुवातीच्या आश्चर्यकारक विषयाकडे वळण्याचा प्रयत्न केला तेव्हा तेव्हा दर वेळी जयदेवने निग्रहाने विषय बदलला.

ते परत निघाले तेव्हा संध्याकाळ झाली होती. शहरातील तीस तीस मजली उंच इमारतीवरच्या जाहिराती संधिप्रकाशात सप्तरंगांनी झळकू लागल्या होत्या; पण 'भारतीय रसायन'ची जाहिरात सर्वांहून वेगळी व अर्थात खर्चाची होती. ठरावीक किरणांनी उत्तेजित होणाऱ्या द्रव्यांचा ढग आकाशात सोडून, त्यावर नेत्र दिपविणाऱ्या लखलखाटात 'भारत रसायन' आणि त्याची खूण येत होती.

मोहन जेव्हा घरी पोहोचला तेव्हा माया बाहेरच्याच खोलीत एका कोचावर आरामशीरपणे पहुडली होती. तिच्या चेहऱ्यावरच्या भावाचं प्रथम त्याला आकलनच झालं नाही. ती एकाग्रतेने काहीतरी ऐकत होती असं वाटत होतं. मोहन जेव्हा तिच्याजवळ बसला तेव्हा ती भानावर आली असं दिसलं.

तिने तिच्या दोन्ही कानांतून दोन अगदी लहान शंखाकृती, त्वचेच्याच रंगाची प्लॅस्टिकची यंत्रं काढली व ती मोहनसमोर धरली.

"मोहन, ही पाहिलीस का? आजच मी विकत घेतली."

मोहनने ती दोन्ही यंत्रं हातात घेतली व त्यांपैकी एक स्वतःच्या कानात घातलं. तत्क्षणी बाहेरचा सर्व आवाज थांबून, त्यातील संगीताचा आवाज त्याच्या कानात घुमायला लागला. ते काढून त्याने मायाच्या हाती परत दिलं.

"कसं छान आहे नाही? एकीकडे ऐकता ऐकता कामंही होतात."

'आणि याला आता काय नाव दिले आहे?'

"कर्णफूल ! अगदी व्यक्तिगत !"

त्याला चांगली कल्पना करता आली. आता यावर मायाला तिला नेहमी आवडणारी गाणी, तिचे आवडते कार्यक्रम कायम ऐकत बसता येतील.

सोमवारी तो जेव्हा प्रयोगशाळेत दाखल झाला तेव्हा त्याच्या मनात जयदेवनं सांगितलेलं सर्व आलं. कामाव्यतिरिक्त इतरत्र कोठेही लक्ष देण्याची आजवरची त्याची प्रवृत्ती नव्हती; पण आपल्या रुटीनमध्ये हे नवीनच काहीतरी घुसडून दिल्याबद्दल त्याला जयदेवचा रागही आला.

प्रयोगशाळेत जयदेव त्याच्याशी कामापेक्षा एक शब्दही जास्त बोलला नाही. मोहननं आपलं काम निवडलं व त्याच्या पूर्वतयारीसाठी एक भाग स्वतःसाठी राखून ठेवला. त्याची कामातली एकाग्रता इतकी विलक्षण होती, की अनेक वेळा सिंग त्याच्यासमोर येऊन उभे राहिले तरी त्याचं त्यांच्याकडं लक्षही नसावयाचं.

अशाच एका वेळी जयदेवने सांगितलेलं खरं आहे का, हे पाहण्यासाठी सिंग आत येताच त्यांना प्रत्येक उपकरणाजवळ नेऊन, प्रयोगातील त्याचं कार्य, मोहनच्या प्रयोगाबद्दलच्या अपेक्षा, यासंबंधी खुलासेवार सांगायला सुरुवात केली. पहिल्या पाच मिनिटांत त्याच्या ध्यानात आलं, की सिंगना अगदी प्राथमिक गोष्टींशिवाय काही माहिती नाही. सांगताना त्याने मुद्दाम केलेल्या दोन ढोबळ चुका शाळेतला हुशार विद्यार्थीही ताबडतोब दाखवू शकला असता.

"हे पहा मोहन, तू एक कच्ची प्रत तयार करूनच पाठव ना माझ्याकडे !"

"ठीक आहे, डॉ. सिंग." कागद एकत्र करीत मोहन म्हणाला. सिंग जाईपर्यंत त्याने मान वर केली नाही. आपल्या डोळ्यातील उपेक्षा व तिरस्कार सिंग यांच्या ध्यानात येईल अशी त्याला भीती वाटत होती.

३

जयदेवशी चर्चा करून आणि डॉ. सिंग यांची समंती मिळताच मोहनने आपल्या प्रयोगाची आखणी केली होती. माया आणि तिचे ते अगम्य असमाधान तो विसरू शकत होता. मायाचा त्याच्या आयुष्यावर काही एका मर्यादेपर्यंतच हक्क होता. त्या मर्यादेपुढे तो स्वतंत्र होता. आजवर मनात न आलेला एक कठीण विचार आता आला. तिला जर हे पसंत नसेल तर करार संपताच तिने आपल्या मार्गाने जावं. त्याला स्वतःचंच आश्चर्य वाटलं. दोन महिन्यांपूर्वी तो तिच्यात किती गुरफटला होता! पण शारीरिक उपभोग किंवा चैन हा त्याचा खरा स्थायीभावच नव्हता. सतत परिश्रमाने मनाला आलेला थकवा दूर होईपर्यंत त्याला या गोष्टींत गोडी लागली होती. त्याची चिकित्सक तीक्ष्ण बुद्धी संशोधनावर एकाग्र होताच त्याला मायाच्या या मागण्या जोखडासारख्या वाटायला लागल्या होत्या. दोन्हींतली निवड करायची वेळ आली तर तो मायाला सरळ रामराम ठोकायला तयार होता.

पण प्रयोगशाळेतही त्याला मनाची संपूर्ण एकाग्रता साधेना. प्रयोगाचे निष्कर्ष, मागचे संदर्भ, हे सारं समोर घेऊन, पुढचा विचार करण्यासाठी तो आपल्या केबिनमध्ये बसला असतानाही मनात काही अवांतर विचार घुसत होते. जयदेवचं चमत्कारिक वागणं, त्याचा त्या 'कटा'चा उल्लेख, शास्त्रीय अधिकाराच्या दृष्टीने आपल्या उच्च स्थानाला पूर्ण नालायक असलेले डॉ. सिंग.

कामात हा नवा विक्षेप घुसडल्याबद्दल त्याला जयदेवचा राग आला. जयदेवचे तापट, भावदर्शी डोळे, त्याची तरल मनोवृत्ती, सिंगना त्याचा आलेला संशय... मोहनला वाटलं - जयदेव म्हणतो तसा प्रकार खरोखर असला, तरीही जयदेव हा त्या कटात सामील व्हायला अगदी अयोग्य माणूस आहे. डॉ. सिंगसारख्याला संशय यायला नको होता! जयदेवबद्दल वाटणारी ही त्रासिक सहानुभूती म्हणजे पर्यायाने आपण त्याचे भागीदार आहोत याची खूण आहे हे त्याला उमगलं नाही. त्याच्या सहव्यवसायी जयदेवबद्दल त्याला एक नैसर्गिक सहानुभूती होती.

प्रयोगशाळेत, अभ्यासिकेत किंवा खोलीत... कोठेही असताना आपल्या मनाचा एक कोपरा या अवांतर गोष्टींचा विचार करीत असतो. एक प्रकारच्या 'सावध'पणाच्या पवित्र्यात असतो एवढं मात्र त्याला जाणवलं. कॅंटिनमध्ये दुपारच्या चहासाठी एकत्र आलेले असताना मोहनने हा विषय जयदेवपाशी काढला. या प्रकरणाचा एकदा सोक्षमोक्ष लावल्याखेरीज मनाला शांतता मिळणार नाही अशी त्याची खात्री झाली होती.

"जयदेव, या रविवारी मोकळा आहेस का?"

जयदेव त्याच्याकडे हसऱ्या, मिश्किल डोळ्यांनी पाहत राहिला.

"मला आणखी काही जुन्या टेप ऐकायच्या आहेत," मोहन न कचरता म्हणाला, "एखादी निवांत जागा असली तर सांग,"

जयदेवने केवळ मान हलवली आणि विषय बदलला.

पण एकदोन दिवसांतच त्याला जयदेवकडून एक चिठ्ठी मिळाली, तीवर फक्त एक पत्ता लिहिलेला होता, एक वेळ :

गीता पार्क, लोणावळा, रविवार सकाळी १० वाजता.

पत्ता एकदा वाचून मोहनने कागदाचे बारीक बारीक कपटे केले आणि एकेकाची गोळी वळून ती बास्केटमध्ये टाकून दिली.

रविवारी सकाळी तो जायला निघाला तेव्हा माया म्हणाली,

"मोहन, आज तुला काम नाही ना? मग कुठे निघालास?"

तिला आपण काही सांगितलंच नाही, त्याला आठवलं. एकदम एखादी सबबही सुचेना. तिला बरोबर न्यायचं तर त्याच्या मनातही आलं नाही. शेवटी त्याने एक थाप मारली न पचण्यासारखी.

"कालचेच काही प्रयोग राहिले आहेत अर्धवट, माया."

"परत कधी येणार आहेस? आज रविवार आहे, मोहन."

"काही नक्की नाही, तुझा तूच आज कार्यक्रम आख."

"मोहन, हल्ली तुझं माझ्याकडे अजिबात लक्ष नसतं !" ती रागावली होती आणि हा राग उसना नव्हता. त्याला एकदम वाटलं, आता हिची पिडाच व्हायला लागली की ! तो बेफिकीरपणे म्हणाला,

"माया, जेव्हा मी मोकळा होतो तेव्हा सर्व वेळ तुझ्याबरोबरच नव्हतो का

राहत? आता काम सुरू झालं आहे. आता कसं जमेल?"

तिच्यातली स्त्री जागी झाली होती. उपेक्षित झालेली.

"मोहन, कराराचे अजून दोन महिने बाकी आहेत."

संताप अगदी अनावर होत होता; पण त्याने स्वतःला सावरलं.

"माया, मला आज तरी वेळ नाही मला माफ करं."

तिची रागीट व हिशेबी नजर आपल्यामागोमाग आपल्या पाठीवर खिळलेली आहे याची त्याला जाणीवही नव्हती.

पहिल्या पोर्टवरच हेलिकॅब मिळाली. मीटरमध्ये त्याने आपले क्रेडिट कार्ड घातलं आणि गीता पार्कचा पत्ता सांगितला.

"हाय लेव्हल, टूरिस्ट रूट घेऊ साहेब !"

"नको, कमर्शिअल रूटनेच घे."

"ठीक आहे साहेब."

आता पर्वतश्रेणी आणि दऱ्याखोऱ्यांचे सौंदर्य पाहण्याच्या मनःस्थितीत तो नव्हता. एक्केचाळीस मिनिटांत तो पार्कमध्ये पोहोचला. पायलटने कार्ड काढून दिलं. त्यावरचा आकडा परस्पर 'भारतीय रसायन'तर्फे कॅब कंपनीला पोचता केला जाणार होता.

लोणावळयाच्या मागच्या बाजूला सुमारे तीनशे चौरस मैलांत पार्क पसरला होता. सृष्टीसौंदर्याला हात न लावता, सर्व आधुनिक साधने येथे आली होती. येथे सर्व काही उपलब्ध होतं.

फक्त आता जयदेवची गाठ कशी घ्यायची? त्याने स्वतः अशा वेळी काय केलं असतं? अर्थात! संदेशन केन्द्र ! तिथे निरोप असणार, पोर्टच्या कडेवरच ती लहानशी लालभडक इमारत होती. तेथे जाऊन त्याने आपलं नाव सांगताच त्याला जयदेवचा निरोप मिळाला.

'पॉइंट ३, जुनी रेल्वे लाइन.'

जयदेवने पर्वताच्या अगदी कडेची जागा निवडली होती. तेथपर्यंत जायला एकच चिंचोळी वाट होती. एकदा तिथे पोचल्यावर मोहनला दिसलं, की तीन बाजूंना कोसळत गेलेले खोल कडे आहेत. चौथी बाजू दोनशे यार्डांपर्यंत नजरेच्या टप्प्यात आहे. कोणीही त्यांच्या नकळत जवळपास फिरकूदेखील शकलं नसतं. पुन्हा एकदा त्याला वाटलं-गुप्ततेसाठी केवढी यातायात ! जयदेवने त्याच्या

मनातले विचार बरोबर ओळखलेसे दिसले. तो सुरुवातीलाच म्हणाला,

"मोहन, मला माहीत आहे तुला माझ्या वागण्याचं आश्चर्य वाटतं ते. तुला आणखी एक गोष्ट सांगायची आहे. ही सर्व खबरदारी मी घेतोय ती माझ्यासाठी नाही तर तुझ्यासाठी !"

"माझ्यासाठी?" मोहन आश्चर्याने म्हणाला.

"हो, माझ्यासाठी आता काही करण्यात अर्थ नाही," जयदेवचा आवाज खाली आला होता. खिन्न झाला होता. "ती वेळ केव्हाच गेली आहे. त्यांना माझा संशय आला आहे. काही उपयोग व्हायचा नाही."

"जयदेव, हे 'ते' म्हणून तू संबोधतोस ते आहेत तरी कोण?" प्रश्न विचारताना मोहनच्या आवाजात एक उतावळी संशयाची छटा होती.

"सारं कपोलकल्पित वाटतं तुला, नाही का?"

"अं. तसं नाही; पण विश्वास बसायला जरा कठीण आहे, नाही?"

"मी तुला सांगू शकेन; पण अनुभव आल्याखेरीज तुझा विश्वास बसायचा नाही. ते असू दे डॉ. सिंगची टेस्ट घेतलीस?"

"हो आणि रसायनशास्त्रात तो अगदी डफर आहे."

"मग माझ्या सांगण्यातला एक तरी भाग तुला पटला?"

"रसायन विभागाचा डायरेक्टर त्यातला तज्ज्ञ नसावा हे विसंगत आहे एवढं मला पटतं; पण ती त्यांची एखादी पॉलिसी असेल."

"तेच तर मी तुला सांगतोय."

"पण त्यांना आपल्या सर्वांवर एक प्रकारची 'हेरगिरी' करण्यासाठी नेमलं असेल हे मला पटत नाही! सर्व कर्मचाऱ्यांचा उपयोग कंपनीच्या कामासाठी करून घेणं हेही त्याचं कारण असेल !"

अगदी ओठाशी आलेले शब्द जयदेवने आवरले. तो काहीतरी बोलणार होता अशी मोहनची खात्री होती; पण काही न बोलता तो मोहनकडे विचारमग्न मुद्रेने पाहत राहिला व मग त्याची नजर समोरच्या कोसळत गेलेल्या कड्यावर खिळली. तो म्हणाला,

"मोहन गेल्या वीस वर्षांतला सामाजिक बदल तू पाहिला आहेस?"

"म्हणजे कसं?" मोहन सावधपणे म्हणाला.

"१९७७ च्या निवडणुकीत डाव्या पक्षांनी जबर मार खाल्ला. त्यांना

विशेष सलणारी गोष्ट ही होती, की जेथे वर्षानुवर्षे त्यांनी आपलं बळ एकत्रित केलं होतं, त्या शहरी औद्योगिक वसाहतीच्या भागातही त्यांचा धुव्वा उडाला. हा इतिहास आहे. त्याची उपपत्ती अनेकजण अनेक प्रकारांनी लावतात. उजव्या पक्षांनी केलेला पैशांचा अमर्याद वापर, लोकांत वर्गकलहाची निर्माण झालेली घृणा, शहरी वातावरणात झालेला बदल... इत्यादी. आपल्याला त्याच्याशी कर्तव्य नाही."

"पुढे काय झालं ते महत्वाचं आहे. लोकशाही निवडणुकांच्या मार्गाने भारतात सत्ता काबीज करता येत नाही. एवढंच नाही तर भारताच्या काही भागांतही सत्ताकेन्द्रे हातात येऊ शकणार नाहीत ही जाणीव डाव्यांना झाली. प्रत्येक राजकीय पक्षात अतिरेकी विचाराचे काही ना काही लोक असतातच; पण त्यांच्यावर पक्षाचे दडपण असते. हे नियंत्रण या निराशेच्या, वैफल्याच्या वेळी जरा ढिले पडले आणि भारतात दंग्यांचा धुमाकूळ माजला. राज्यकर्त्यांनी जरा संयम दाखविला असता, तर या बुडबुड्यातली हवा केव्हाच निघून गेली असती; पण त्यांना संयम नको होता. हाती आलेल्या संधीचा त्यांनी पुरेपूर फायदा घेतला. अतिरंजित वर्णने व बातम्या पसरवून त्यांनी तथाकथित 'डाव्या'पक्षाविरुद्ध रान उठविले. शासन मागे उभे राहिल्यावर लोकांची मनं पेटायला काय उशीर?"

"१९८० चं भयंकर हत्याकांड झालं. सर्व विरोधी मतप्रणालींचा एकजात नायनाट करण्यात आला. आपण काय करीत आहोत हे लोकांच्या लक्षात फार फार उशिरा आलं. समाजद्रोहाच्या नावाखाली समाजातील सर्व स्वतंत्र, शंकेखोर, चिकित्सक, परखड, विभिन्न मतप्रणालींचा नाश झाला होता. विरोध हाच द्रोह ठरला होता; पण हे जेव्हा लोकांच्या लक्षात आलं तेव्हा फार फार उशीर झाला होता."

"१९८२ ची निवडणूक आली. डाव्या पक्षाची तर वाट लागलीच होती. बहुतेक सर्व उजव्या विचारप्रणालींचेच लोक निवडून आले; पण यांच्यातही पूर्वाश्रमींच्या उदारमतवादावर विश्वास ठेवणारी काही समंजस मंडळी होती; पण ही नावं शोभेची होती. खरी सत्ता एका लहानशा गटाच्या हाती आलेली होती. या गटात धनिक, गुंड, संधिसाधू अशांचा भरणा होता. पुढची मंत्रिमंडळं

बनवली गेली तेव्हा या गटाच्या नख्या बाहेर आल्या. आपल्या देशाचं आजवरचं धोरण निदान बाह्यतः तरी शांततावादी, अलिप्ततावादी असं होत. ती प्रथा खरोखर फार जुनी होती. १९८५-१९८७ या काळात त्या जुन्या प्रथेला बरेच तडे गेले."

"१९८७ च्या निवडणुकीत या गटाने आपलं रूप उघड केलं."

"हिंद इंडिपेंडंट प्रोगेसिव्ह अलायन्स-' 'हिपा -' या नावाची नवी पार्टी स्थापन झाली. १९८७ ची निवडणूक म्हणजे एक फार्स झाला. सर्वत्र धाकदडपशाही, निर्लज्ज सौदे, खून, जाळपोळ, यांचं थैमान माजलं. 'हिपा'ला उदारमतवादसुद्धा मान्य नव्हता. जहाल, कट्टर, अतिरेकी सरंजामशाही हेच त्यांच ब्रीद होतं. लोकमताची पर्वा राहिली नाही. एखाद्या लढाईसारखी त्यांनी निवडणूक योजना आखली आणि पार पाडली. तीक्ष्ण बुद्धीची माणसं त्यांनी सामील करून घेतली होती किंवा विकत घेतली होती किंवा नाहीशी केली होती. त्यांच्या हाती अमर्याद आर्थिक सत्ता होती. या बळावर गुंडांची फौज तयार होती. १९८७ मध्ये अडतीस कोट मतदार होते. मतदान एक्कावन्न टक्के झाले आणि त्यांपैकी ऐंशी टक्के मते 'हिपा'च्या उमेदवारांना पडली."

"१९९२ च्या निवडणुका त्यांनी आपल्या सत्तेवर आणखी एक शिक्कामोर्तब करून घेण्यासाठी घेतल्या. त्यानंतर निवडणुकाच झाल्या नाहीत. समाजयंत्र त्यांनी आपल्याला हवं तसं घडविलं आहे. सेना, संरक्षण दल, शासनयंत्रणा, न्याययंत्रणा, कायदा, व्यापार, निर्मिती, वाहतूक, वाङ्मय, कला या सर्वांवर त्यांची पोलादी पकड आहे."

"आधुनिक विज्ञानाने उत्पादनवाढ झाली आहे. माणसांच्या सुखसोयी वाढल्या आहेत. त्यांचं क्षितिज आंतरराष्ट्रीय झालं आहे; पण हा फायदा समाजाच्या वरच्या थरातल्या फक्त सात टक्के लोकांनाच मिळतो. मोहन, आपल्या सुदैवाने आपण त्या सात टक्क्यांत आहोत. बाकीच्या त्र्याण्णव टक्के लोकांचा तू कधी विचार केला आहेस?"

जयदेवने चर्चा एकदम व्यक्तिगत प्रश्नावर आणली होती. इतकी अवचितपणे, की क्षणभर मोहन गडबडून गेला. काय बोलावं हेच त्याला सुचेना. तो अडखळत अडखळत म्हणाला,

"अं. नाही-मी हा विचारच मनात आणला नाही."

"तुझं सर्व आयुष्य मोठमोठ्या शहरांतूनच गेलं आहे ना?"

"हो."

"खेड्यापाड्यांत तू कधी गेला आहेस?"

"नाही."

"रस्त्यावरून किंवा रेल्वेने कधी प्रवास केला आहेस?"

"नाही."

जयदेवचे प्रश्न झपाट्याने येत होते. त्याच्या मंद आवाजाला एक धार आली होती. तो आता हलकेच म्हणाला,

"आज परत जाताना आपण रेल्वेने जाऊ. कधी न पाहिलेली समाजाची एक नवी बाजू तुला दिसेल. मोहन, आता मी जास्त काहीच बोलत नाही."

जयदेवची नजर परत समोरच्या देखाव्यावर खिळली; पण मोहनला आता शंका यायला लागली होती, की जयदेवच्या नजरेला पर्वत, दरीखोरी दिसत नाहीत- वेगळंच काही तरी दिसत आहे.

४

खाण्यापिण्याचे पदार्थ जयदेवने बरोबर आणलेच होते. दोघांचं खाणं झाल्यावर जयदेवने खरोखरीच एक लहान टेपप्लेअर काढला. त्यात त्याने एकदोन जुन्या टेप घालून वाजवल्या. पुन्हा एकदा मोहन सूरमालिकांच्या त्या विलक्षण मोहिनीखाली सापडला. यंत्र बंद करीत जयदेव म्हणाला,

"तुझा आत्मा कलावंताचा आहे. मोहन, तुला हे जुने सूर इतके आकर्षक वाटतात?"

"आणि तुला नाही का ते आवडत !"

"एके काळी मीही या स्वैर स्वरांनी धुंद होत होतो." जयदेव थांबला.

"आता मन त्या स्वरांच्याही मागे जातं, प्रत्यक्ष त्या कलाकारापर्यंत जाऊन पोहोचतं. एकेक तान ही त्याच्या स्वतंत्र जिवाची एक उत्तुंग झेप आहे असं वाटतं. निर्मितीची ही उसळणारी ऊर्मी त्याला शक्ती देते. या लाटेवर स्वार होऊन तो वरच वर जातो आणि आकाशातली ही स्वररत्ने खुडून आपल्यासाठी खाली टाकतो."

"पण दारिद्र्याच्या विवरात राहणारा आजचा सामान्य माणूस -त्याला ही आकाशाची स्वप्नं कशी पडणार? त्याचा जखडला गेलेला जीव- तो स्वैर भरारी कशी मारणार? मोहन, असं संगीत आता निर्माण होणार नाही. आता लोकांच्या गरजा यांत्रिक संगीताने पुरवल्या जात आहेत. संगीतात किंवा कलेच्या कोणत्याही आविष्कारात एके काळी दिव्य चेतना होती, ही गोष्टही लोक हळूहळू विसरून जातील."

जरा रागाने मोहन म्हणाला, "जयदेव, परिस्थितीचं हे तुझं चित्रण जरा अवास्तव, निराशावादी असं नाही का वाटत?"

पुन्हा एकदा जयदेवने ओठावर आलेले शब्द मागे घेतले.

"केवळ मी सांगतो म्हणून तू या गोष्टीवर आंधळा विश्वास ठेवावास असं मला मुळीच म्हणायचं नाही. माझी आग्रहाची सूचना एवढीच आहे, की जरा डोळसपणाने वाग, केवळ कामातच गर्क राहू नकोस. आसपास काय चाललं

आहे त्यावर लक्ष ठेव आणि मग आपले मत ठरव."

पण मोहनचं समाधान झालं नव्हतं, "जयदेव, या एका प्रचंड सामाजिक कटाचं तू जे वर्णन केलं आहेस त्याचा तुला कधी अनुभव आला आहे का? तुझ्यापाशी काही पुरावा आहे का? का ही सर्व तात्त्विक, तर्कावर आधारलेली, इच्छापूर्तीची खटपट आहे?"

आता प्रथमच जयदेवचा संयम ढासळला, त्याच्या नजरेत अस्थिरता आली. शुष्क गालावर रागाचे दोन लाल ठिपके आले. त्याचा आवाज अजून हलकेच येत होता; पण तो त्याने काबूत ठेवला होता म्हणून.

"मोहन, डॉ. अभिजित रे यांचं नाव तू ऐकलं आहेस?"

"अर्थात रसायनशास्त्रातलं नोबेल प्राइज त्यांना मिळालं होतं."

"करेक्ट. ते माझे सख्खे मामा. मी त्यांच्याकडेच लहानाचा मोठा झालो. माझी रसायनशास्त्राची आवड त्यांनीच उत्पन्न केली. भारताच्या विज्ञानपरंपरेत त्यांनी मोलाची भर घातली; पण त्यांच्या स्वभावाची दुसरी बाजू फक्त त्यांच्या निकटवर्तीयांनाच माहीत होती. प्रकाशात आलं ते त्यांचं संशोधन-त्याबद्दल त्यांचा सर्वत्र गौरवही झाला..."

"ते कधीही कोणत्याही राजकीय पक्षात सामील झाले नाहीत. त्यांचा दृष्टिकोन विशुद्ध व प्रामाणिक उदारमतवादी, मानवतावादी होता. स्वतःच्या जीवनात त्यांनी हा आदर्श कसोशीने पाळला होता. त्यांच्या निकट सहवासात आलेल्या प्रत्येकावर त्यांच्या या जीवनाचा प्रभाव पडत होता.

'राजसत्तेत जेव्हा अतिरेकाची, असहिष्णुतेची, दांभिकतेची, निर्लज्ज स्वार्थीपणाची सरशी झाली तेव्हा डॉ. रे यांनी आपला विरोध निःसंदिग्धपणे प्रकट केला. डॉ. रे यांचं स्थान इतकं वजनदार होतं, की त्यांचा विरोध दुर्लक्षणं शासनाला अशक्य होतं. त्यांनी डॉक्टरांचं मन वळवण्याचा आटोकाट प्रयत्न केला. आधी सूचना, मग प्रलोभनं, शेवटी गर्भित धमक्या! डॉक्टरांना ! डॉ. रे यांचा स्वभाव त्यांना कळलाच नाही. सिंहाला डिवचण्यासारखंच हे होतं ! डॉक्टरांनी त्यांच्या सर्व खटपटीकडे दुर्लक्ष केलं, आपलं संशोधन चालू ठेवलं."

"पण त्यांच्या मनाची शांती ढळली होती. त्यांच्या जिवाला धोका उत्पन्न झाला होता हे खरं होतं; पण त्याची त्यांनी कधीच फिकीर केली नसती. देशातल्या परिस्थितीला जे अत्याचारी, ढोंगी आणि स्वार्थी रूप येत होतं.

त्यामुळे त्यांची मानवी भवितव्यावरची निष्ठाच ढासळली होती. मानवी आयुष्य सुखी व समाधानी आणि समृद्ध व्हावं याच एका कामी त्यांनी आपलं सर्व आयुष्य वेचलं होतं; पण त्या श्रमातून निर्माण झालेली विज्ञानसंपदा भलत्याच, सर्वथा नालायक अशा लोकांच्या हाती गेली होती.''

''डॉ. रे यांचा स्वभाव चिंतनशील होता. कृतिप्रधान नव्हता. आपण होऊन याबाबतीत काही हालचाल करायचा विचारसुद्धा त्यांच्या मनात आला नाही. इतर कोणी काही करत असलं, तर त्या कार्यात प्रत्यक्ष अशी काही मदत करणंही त्यांच्या आटोक्याबाहेरचं होतं. तो त्यांचा पिंडच नव्हता. त्यांच्याकडूनच मला ही माहिती मिळाली, की या बेलगाम शासनयंत्रणेला प्रत्यक्ष असा विरोध करण्यासाठी एक संघटना जन्माला आली आहे. मी तुला याबाबतीत अधिक काही सांगणार नाही. जे तुला माहीत नाही त्यापासून तुला धोका नाही. पण या संघटनेतर्फे डॉ. रे यांच्याकडे मदतीसाठी विनंती करण्यात आली होती. त्यांनी विचारासाठी एक दिवस मागून घेतला.''

''स्वतःच्या मर्यादा पूर्णपणे ओळखून त्यांनी मदतीस नकार दिला. रात्री गुप्तपणे त्यांच्या भेटीसाठी आलेला तो तरुण मला आठवतो. त्या वेळी त्याच्या तरतरीत, निर्धारी आणि कठीण चेहऱ्याचा माझ्या मनावर चांगलाच प्रभाव पडला होता. मागाहून तो कोण होता हे मला कळलं.''

''डॉ. रेंनी त्या भेटीत त्याला काय सांगितलं हे मला माहीत नाही. प्रत्यक्ष मदतीस नकार दिला; पण त्यांच्या कार्यास आशीर्वाद दिले असतील. त्यांच्या प्रयोगशाळेत चोरून बसवलेले ध्वनिक्षेपक असावेत अशी मला मागाहून शंका आली. कारण या घटनेनंतर एका आठवड्याच्या आतच प्रयोगशाळेत प्रचंड स्फोट झाला व डॉ. रे मृत्युमुखी पडले.''

जयदेव जरा वेळ गप्प बसला. त्या आठवणीने त्याच्या डोळयात वेदना आली होती. त्याने डोळे मिटून घेतले, कपाळ काही वेळ बोटांनी चोळलं.

''मोहन, मला पुरेपूर माहीत आहे, की त्या वेळी डॉ. रे यांच्या प्रयोगशाळेत कोणतेही स्फोटक पदार्थ नव्हते. शिवाय प्रयोग करताना ते अत्यंत काळजीने वागत असत. तेव्हा हा अपघात तर खास नसावा; पण मी एकटा! माझ्या शब्दाला कितीसा मान मिळणार? शासकीय चौकशीत डॉ. रे यांना अपघाती मृत्यू आला असा निष्कर्ष निघाला व प्रकरणावर पडदा पडला; पण खरा प्रकार मला माहिती आहे. निरंकुश,स्वार्थी सत्तेने घेतलेला तो आणखी एक बळी होता!''

"माझं शिक्षण पूर्ण झालं, डॉ. रे यांच्या टिपणांचा मला माझ्या पुढील संशोधनात अतिशय उपयोग झाला. माझा थिसिस डॉक्टरेटसाठी स्वीकारण्यात आला आणि मला भारतीय रसायनमध्ये आमंत्रण आलं. केवळ आर्थिक प्राप्ती हे माझं ध्येय कधीच नव्हतं व नाही. शासनाच्या या वरच्या थरात मला प्रवेश करून घ्यायचा होता; कारण मी याआधीच बंडखोरांच्या पक्षात सामील झालो होतो. डॉ. सेन यांना भेटलेला तो तरुण त्यांच्या मृत्यूनंतर मलाही भेटला. त्यांच्या मृत्यूत त्यांचा (बंडखोर पक्षाचा) काही हात असणं शक्यच नाही हे मला एका भेटीतच पटलं. माझं मन वळवायला त्यांना फारसे प्रयत्न करावे लागले नाहीत. केवळ ध्येयनिष्ठा ही माझ्यामागची एकमेव प्रेरणा नव्हती. एका मतप्रणालीसाठी माझ्या मामांचा - डॉ. सेन यांचा, निर्घृण खून झाला होता. या खुनाचा बदला घेण्याची वैयक्तिक आकांक्षा माझ्या मनात ठाण मांडून बसली होती. ती पुरी करण्यासाठी मी या गटात सामील झालो. ते काहीच बोलले नाहीत. माझ्या मनातील विचारापासून मला परावृत्त करण्याचाही त्यांनी प्रयत्न केला नाही."

"मला त्यांनी शिक्षण दिलं. इतिहासाकडे पाहायची नवी दृष्टी दिली. घटनांचा कार्यकारण भाव उघड करून दाखवला आणि मला एक विदारक सत्य दिसलं. माझे मामा हे काही अपवाद नव्हते. बेलगाम धावणाऱ्या या जगन्नाथाच्या रथाखाली अनेक श्रेष्ठ आयुष्ये चिरडली गेली होती. डॉ. रे हे अशा लोकांचे एक प्रतिनिधी होते. माझ्या मनात या अघोरी शासनसत्तेबद्दल विलक्षण चीड व तिरस्कार उत्पन्न झाला."

"पण मोहन, हे लोकही काही मूर्ख नव्हते. प्रत्येकाची कसून छाननी केल्याशिवाय ते त्याला अधिकाराची जागा देत नव्हते. माझ्या नावासमोर त्यांच्या अवाढव्य जंत्रीत एक लाल फुली असली पाहिजे. डॉ. रे यांचा मी भाचा होतो. त्यांच्या प्रभावाखाली आलेला! तेव्हा शासनाचा माझ्यावर संपूर्ण विश्वास कधीच बसला नाही. माझ्या बुद्धिमत्तेचा ते जास्तीत जास्त उपयोग करून घेतील, माझ्यावर सतत पाळतही ठेवतील. एकमेकांविरुद्ध असलेली अशी ही दोन पारडी आहेत. माझ्या उपयोगापेक्षा माझ्यापासूनचा धोका वाढला की...खलास!"

जयदेवने मानेवरून व गळ्यावरून एक बोट फिरवले. तो अभिनय इतका सूचक होता, की मोहन एकदम उद्गारला-

"छट ! तू अतिशयोक्ती करत असला पाहिजेस, जयदेव !"

"अतिशयोक्ती?' जयदेव मान हलवत म्हणाला, ''मोहन, आताच्या वेळेइतका मी कधीही सीरियस नव्हतो. हा जिवघेणा खेळ चालू आहे आणि दोन्ही पक्षांना ते माहीत आहे. ते आपला क्षण केव्हा निवडतील याची मला कल्पना नाही; पण मी कायम तयार असतो.''

''तयार असतोस?'' न समजून मोहनने विचारले, जयदेवने जिभेची एक हालचाल केली व त्यांच्या तोंडातला एक दात जिभेवर आला. त्या दाताच्या मुळाशी एक लालसर रंगाचा ठिपका होता. दात परत जागेवर नेत जयदेव म्हणाला, 'सायनाइड बल्ब ! जिभेने बाहेर काढायचा आणि दाताखाली रगडायचा ! पाच मिनिटांत सर्व काही खलास !''

''पण -पण-जयदेव !?'' त्याला काय बोलावं सुचेनाच.

''इतका निर्वाणीचा उपाय का, असंच की नाही?'' जयदेवच्या चेहऱ्यावर एक भग्न हास्य होतं. ''माझ्याकडून त्यांना काहीही माहिती कळू नये एवढ्यासाठीच मन तयार असतं मोहन; पण हे शरीर दुर्बल आहे. तेच ऐनवेळी घात करतं. यातनेच्या आचेखाली शरीराचा पीळ उलगडतो. तो धोका मला घ्यायचा नाही.'' मोहनच्या चेहऱ्याकडे पाहत जयदेव म्हणाला, ''तुझा विश्वास बसत नाही ना? एकदम विश्वास बसणारच नाही. फक्त सावध राहा एवढंच मला तुला आग्रहाचं सांगावयाचं आहे.''

''मला हे सारं कशासाठी सांगितलंस?''

''तुझा स्वभावाची पारख झाल्यावरच सांगितलं. तू आम्हाला सामील होणार नाहीस; पण आमचा विश्वासघात तर खासच करणार नाहीस. माझा अंदाज बरोबर आहे का?''

जयदेवने वापरलेला ट्रॅप आता उघड झाला. मोहनच्या संमतीशिवाय जयदेवने त्याला विश्वासात घेतलं होतं. अनेक गुप्त गोष्टी सांगितल्या होत्या. आपला प्राण त्याच्या स्वाधीन केला होता; पण त्याचा अंदाज मात्र बरोबर होता. मोहन जयदेवचा विश्वासघात करणं शक्यच नव्हतं !

''होय,'' मोहन खालच्या आवाजात म्हणाला, जयदेवने त्याचे विचार ओळखलेले दिसले. तो एकदम नरमाईच्या सुरात म्हणाला ,

''मोहन, तुझ्या विश्वासाचा आम्ही कधीही गैरफायदा घेणार नाही याची खात्री ठेव; पण तुझ्यासारखी माणसं आम्हाला हवी आहेत हेही खरं. तुझ्या संमतीशिवाय मी यावर कोणतीही जास्त चर्चा करणार नाही.'' जरा वेळ जयदेव

गप्प बसला. पुढचे शब्द बोलावेत की नाही याचा तो विचार करीत असावा. मग त्याने स्वतःशीच काहीतरी निर्णय घेतला.

"मोहन, आणखीही काही गोष्टी माहीत असायचा तुला हक्क आहे. एक म्हणजे सध्या राहतोस ती जागा-मी-सुरुवातीस तुला जी यादी दिली होती ती काही विवक्षित लोकांच्या घरांची होती. ही सर्व घरं 'सुरक्षित' आहेत. मोहन, या मालकांपैकी काही आमचे सदस्य आहेत; पण एकूण एक आमचे हितचिंतक आहेत. दुसरी गोष्ट, तुझा फोटो मी मुंबईतल्या आमच्या काही निवडक लोकांना दाखविला आहे. कोणत्याही वेळी तू त्यांच्याकडे गेलास तरी ते तुला संपूर्ण मदत करतील."

"मला मदत कशासाठी लागणार आहे?" जयदेवच्या या शब्दांनी बुचकळ्यात पडलेला मोहन म्हणाला.

"आजकाल कोणावर काय प्रसंग येईल याची शाश्वती नाही," जयदेव गंभीर आवाजात म्हणाला, "हे एक गुप्त शस्त्र तुझ्या म्यानात असू दे आणि शेवटची गोष्ट - मी तुला दोन नावे व पत्ते देणार आहे. कोणत्याही वेळी तू त्यांच्याकडे मदतीसाठी जाऊ शकतोस."

"जयदेव-" त्याला मध्येच अडवीत मोहन रागाने म्हणाला, "मला हे 'मदत' प्रकरण समजत नाही. माझ्यावर काहीतरी भयानक आपत्ती येणार आहे असं तू अगदी गृहीत धरून चाललेला दिसतोस !"

"उद्याचं काही सांगता येत नाही." जयदेवने त्या गूढ शब्दांचाच पुनरुच्चार केला. "तर मग ऐक, एक गोपाळ शर्मा, ४८ प्रिझम रोड, पूर्व मुंबई, १४. हा नोकरीला आशिया सुपर बझारमध्ये सेल्समन आहे आणि दुसरे प्रोफेसर शिवदास, बंगला नं. ६७, महाराष्ट्र युनिव्हर्सिटी कॅंपस. नाव व पत्ते नीट लक्षात ठेव आणि परवलीचा शब्द वापरल्याखेरीज ते एकही अक्षरही बोलणार नाहीत."

"तो कोणता शब्द आहे?" न राहवून मोहनने विचारलं.

"पंकज," जयदेव गंभीरपणे म्हणाला.

❖❖❖

५

तासभर पार्कमध्ये टुरिस्ट कोचमधून हिंडून त्या दोघांनी पार्क पाहण्याचा औपचारिक विधी तर केला; पण दोघंही आपापल्या विचारात गर्क होते. कोणाचीच काही बोलण्याची इच्छा नव्हती.

चारच्या सुमारास ते परत निघाले. जवळजवळ निम्मे अंतर त्यांनी एका रेल्वे कोचमधून प्रवास केला. मोहनची समजायला लागल्यापासून जमिनीवरून लांब प्रवास करायची ही पहिलीच खेप होती. जयदेवच्या शब्दांनी त्याची नजर चिकित्सक झाली होती. प्रवास करणाऱ्यांत दोन वर्ग सहज ओळखू येत होते. सहज गंमत, 'स्टंट' म्हणून आलेला, सुस्थितीतला, अल्पसंख्य असा एक वर्ग आणि ज्यांना कामानिमित्त हा प्रवास रोज करावा लागत होता असे थकलेल्या चेहऱ्यांचे, हताश वाटणारे दुसऱ्या वर्गातील लोक. मोहनने प्रवास अर्धवटच सोडला आणि स्टेनशवरून फोन करून त्याने हेलिकॅब मागवली. जयदेव त्याच्याबरोबर उतरला नाही. 'मला काही कामं आहेत,' तो म्हणाला होता आणि मोहनने जास्त चौकशी केली नव्हती. एक गोष्ट त्यालाही दिसली होती : बहुसंख्य नजरा त्यांच्यावर संशयाने व जराशा रागाने खिळल्या होत्या.

मोहन परत आला तेव्हा माया घरी नव्हती आणि या गोष्टीने त्याला जरा सुटल्यासारखंच वाटलं. आता तरी त्याला वाद नको होता. जयदेवने ऐकवलेल्या अनेक विचित्र गोष्टींवर विचार करायचा होता. जयदेवची बुद्धिमत्ता, त्याचा प्रामाणिकपणा यांबद्दल शंका नव्हती; पण मोहनला राहून राहून वाटत होतं, की जयदेवचे निष्कर्ष चुकीचे आहेत.

सोमवारी सकाळी डॉ. सिंग त्याच्या खोलीत आले आणि एका खुर्चीवर बसले आणि मग ते स्वतःच जरा वेळाने म्हणाले,

"मोहन, कालच्या पार्टीत तू कोठे दिसला नाहीस?"

आता मोहनला आठवलं - 'रसायन'तर्फे कोणत्यातरी बड्या व्यक्तीला खाना होता व त्या समारंभाचं त्याला निमंत्रण आलं होतं.

"माझ्या ध्यानात नव्हतं ! मी काल लोणावळ्यात होतो."

“एकटाच?”

“छे ! जयदेव होता की बरोबर !”

“तुझं आणि त्याचं बरचं जमतं म्हणायचं !”

मोहन एकाएकी सावध झाला. तो सावकाश म्हणाला,

“तसं जमण्याचा प्रश्न नाही. एकतर आम्ही एकाच खात्यात आहोत. जयदेव हुशार आहे. त्याच्या संगतीत कंटाळा येत नाही आणि शिवाय माझ्या येथे अजून फारशा ओळखीही झाल्या नाहीत.”

“त्यासाठीच तर तुला पार्टीचं आमंत्रण होतं, मोहन.”

“मी पार विसरलोच होतो, डॉ. सिंग, आय ॲम सॉरी.”

“दिवसभर तेथेच होतात? पार्कमध्ये?”

“हो, जवळजवळ तसंच, दुपारी परत आलो.”

“इतका वेळ दोघांना कोणता विषय मिळाला होता एवढा?”

डॉ. सिंग वरकरणी जरी थट्टेच्या आवाजात बोलत होते तरी त्यांचे डोळे मोहनवर खिळलेले होते. जरा विचार करून मोहन म्हणाला-

‘रसायन’च्या कामाबद्दल थोडंबहुत बोलणं झालंच; पण हा जयदेव - त्याच्या आवडी व छंद व्यापक आहेत. विशेषतः जुन्या संगीताची त्याला फार आवड आहे. त्यातल्या काही टेप्स त्याने आणल्या होत्या आणि मग मोहन पुढे ठामपणे म्हणाला, “येताना आम्ही रेल्वेने आलो.”

“रेल्वेने? जरा चमत्कारिकच, नाही का?”

“चमत्कारिक तर खरंच, एक अगदी वेगळा अनुभव आला.”

डॉ. सिंग हलक्या आवाजात म्हणाले, “मोहन, तुला एक सूचना देऊन ठेवावीशी वाटते. प्रत्येक समाजव्यवस्थेत काही काही असंतुष्ट आत्मे निपजतातच. काहीतरी वेडपट, असाध्य ध्येय डोळ्यासमोर ठेवून, प्रचिलत यंत्रणेला सुरुंग लावायला ते उद्युक्त होतात. जो समाज त्यांना सुखाने व चैनीत राहायची संधी उपलब्ध करून देतो त्यावरच हे उलटतात. एक गोष्ट त्यांच्या ध्यानात येत नाही, की काही उलथापालथ झाली तर त्यात प्रथम यांचा नाश होईल. तेव्हा समंजस माणसाने आपलं हित कायम डोळ्यासमोर ठेवावं. अशा माणसांची संगत शक्यतोवर टाळावी.”

"डॉ. जयदेव मुखर्जी यांच्याबद्दल हा इशारा आहे का?"

"मी नावं घेत नाही. तू येथे नवीनच आला आहेस. एकदम कोणाच्या आहारी जाऊ नयेस. यातच तुझं कल्याण आहे."

मोहन जरा वेळाने म्हणाला, "मी तुमचे शब्द अवश्य लक्षात ठेवीन, डॉ. सिंग. थँक्यू."

डॉ. सिंग खोलीतून गेल्यावर मोहन काही वेळ तसाच बसून राहिला. त्यांच्या गर्भित धमकीचा रोख कोणाविरुद्ध होता हे उघड होतं आणि मग मोहनला एक नवलाची गोष्ट उमगली. जयदेवबद्दल एक माणूस, शिवाय एक सहकारी शास्त्रज्ञ या नात्याने त्याला एक वैयक्तिक निष्ठा वाटत होती. डॉ. सिंग परके होते. त्यांना या खास वर्तुळात जागा नव्हती. जयेदववर त्यांनी केलेले आरोप मोहनला आवडले नव्हते. मनातल्या मनात त्याला डॉ. सिंग यांचा विलक्षण संताप आला होता.

त्या दिवशी जयदेव प्रयोगशाळेत आला होता; पण तो कसल्यातरी विचारात मग्न झालेला होता. मोहनला राहून राहून वाटलं - त्याच्याशी जरा एकांतात चार शब्द बोलावेत. एकांतात? त्याला स्वतःच्या विचारांचं आश्चर्य वाटलं. त्याच्या नकळत तोही या कटप्रतिकटाच्या साखळीत सापडला होता की काय?

मंगळवारी जयदेव प्रयोगशाळेत दिसलाच नाही.

बुधवारी सकाळी जयदेव त्याच्या प्रयोगशाळेतील खोलीत मृतावस्थेत सापडला. इतकी खळबळजनक घटना येथे पूर्वी कधीच घडली नव्हती. खुद्द प्रयोगशाळेत एका वरिष्ठ अधिकाऱ्याचा मृत्यू? आणि तोही असा संशयास्पद अवस्थेत?

कारण मृत्यू नैसर्गिक नव्हता हे तर पहिल्या पाहणीतच स्पष्ट झालं होतं. गडबडलेल्या कर्मचाऱ्यांना डॉ. सिंगनी मुख्य सभागृहात एकत्र जमायची सूचना दिली होती. अफवांचं पीक उठत होतं.

अपघात... आत्महत्या... खून...

अधिकाऱ्यांच्या रांगेत एका बाजूस मोहन बसला होता. त्याच्या नजरेसमोर सारखा जयदेवचा चेहरा व तोंडातला जांभळा कृत्रिम दात येत होता. त्याच्या कानांत जयदेवचे शब्द सारखे घुमत होते. 'ते आपला क्षण केव्हा निवडतील मला माहीत नाही. पण मी कायम तयार असतो.'

हा अपघात होता की जयदेवची भीती खरी ठरली होती?

कारण काहीही असो - जयदेव कायमचा गेला होता, 'रसायन' एक बुद्धिमान शास्त्रज्ञाला मुकलं होतं अणि मोहन एका प्रामाणिक व प्रिय मित्राला मुकला होता. कोणत्याही आयुष्याचा अकाली नाश म्हणजे त्या समाजाची हानीच. अनेक गोष्टी अपूर्ण राहणार. काही प्रमाणात का होईना, समाजाच्या सर्व भावी इतिहासाला एक कलाटणी मिळणार.

डॉ. सिंग सभागृहात आले होते. त्यांना पाहताच सभागृहात एकदम शांतता पसरली होती. घसा साफ करून ते म्हणाले,

"आजची दुर्दैवी घटना आपल्या सर्वांच्या कानावर आली आहेच. डॉ. जयदेव मुखर्जी यांच्या अपघाती निधनाने 'भारतीय रसायन'चा एक विद्वान व थोर शास्त्रज्ञ हरपला आहे. त्यांच्या स्मृतीचा आदर म्हणून आज सर्व कामकाज बंद राहील. उद्या कामास सुरुवात होण्यापूर्वी शोकसभा घेण्यात येईल." डॉ. सिंग एवढेच बोलून निघून गेले.

काहीवेळ थांबून लोक आपापल्या मार्गांनी पांगले. मोहनला काय करावं ते सुचेनाच. सर्व दिवसच एकदम विस्कळीत झाला होता आणि जयदेवच्या या मृत्यूने त्याच्या मनात हजारांनी विचार येत होते. मुख्य इमारतीसमोर एक भव्य उद्यान होतं. तेथे एक निवांत जागा शोधून, मोहन बसला व त्याने डोळे मिटून घेतले.

जयदेवला अपघात झाला असेल? इतर जण या निवेदनाने थक्क झाले होते; पण मोहनला जयदेवच्या 'सायनाइड' दाताची माहिती होती. तो दात चुकून बाहेर आला असला तर...? पण जयदेवचा स्वभाव हलगर्जी नव्हता. त्याच्यावर काही संशय, आक्षेप, तोहमत, असं काही आलं का? डॉ. सिंगच्या आजच्या शब्दांत जरासा राग, जराशी निराशा यांची छटा दिसत होती का? असं असलं तर...

"मोहन ! एकटाच काय करतो आहेस रे?" आवाज इतका अवचित आला. (डॉ. सिंगचा आवाज) की मोहनने दचकून डोळे उघडले. डॉ. सिंग त्याच्यासमोर उभे होते. त्यांच्याबद्दलच तो आता विचार करीत होता. त्याने तर तो क्षणभर जास्त गोंधळल्यासारखा झाला.

"काही नाही-" तो सावरून बसत म्हणाला, "आजची बातमी जरा धक्का देणारीच आहे. काय विचार करावा ते सुचतच नाही."

त्याला डॉ. सिंगशी याच विषयावर चर्चा हवी होती. समोरच्याच एका बाकावर डॉ. सिंग बसले. मोहनकडे पाहत ते म्हणाले,

"मोहन, या जयदेवबद्दलच्या माझ्या शंका मी तुझ्यापाशी पूर्वीच बोलून दाखवल्या आहेत. त्याच्या बुद्धीबद्दल कधीच शंका नव्हती; पण काही काही वेळा ही प्रगती एकांगी ठरते व माणसाच्या मनाचा समतोलपणा जातो. त्याच्या दृष्टीत एक डिस्टॉर्शन येतं. मला वाटतं, येथेही हाच प्रकार झाला असावा. या लोकांच्या मनात एक आदर्श मांडणी असते. शास्त्रापुरतं हे ठीक आहे; पण रोजच्या व्यवहारात हे कसं जमेल? तेथे या आदर्शांना काही तरी मुरड घालावीच लागते. नाहीतर भलत्याच गोष्टींचा आग्रह धरला, की आयुष्य असह्य होतं."

"तुमच्या मते त्याने आत्महत्या केली असावी?"

"दुसरा काय निष्कर्ष काढणार?" असहायपणे हात पसरीत डॉ. सिंग म्हणाले, "अपघात खासच नाही. जयदेव वॉज व्हेरी केअरफूल."

"त्याने सायनाईड कसं घेतलं?" मोहनने हलकेच विचारलं. डॉ. सिंगच्या कपाळावर दोन बारीक आठ्या आल्या. ते मान हलवीत म्हणाले.

"पोटात घेतलन् एवढं खरं. पी.एम. झाल्यावर आणखी माहिती हाती येईल"; पण मोहनची खात्री झाली, की खरी गोष्ट त्यांना माहीत आहे. "ठीक आहे, ते राहू दे. मोहन, तुझी आता गाठ पडली हे बरंच झालं. तुझ्याशी मला जरा बोलायचं होतं. तुमच्या सेक्शनची जबाबदारी मी आता तुझ्यावर सोपवणार आहे. जयदेव फार दिवस रसायनमध्ये राहणार नाही अशी मला शंका यायला लागली होती."

"अं?" या अनपेक्षित शब्दांनी मोहन खरोखरच चकित झाला होता.

"काही नाही. किरकोळ मतभेद. ठीक आहे. ते सर्व आता संपलं आहे. त्याच्या जागेवर तू काम करशील?"

"मला जरा वेळ द्या. डॉ. सिंग आजच सकाळी तो गेला आहे."

"वेल-थिंक इट ओव्हर. कोणीही इंडिस्पेन्सिबल नाही. मोहन, जग चाललंच पाहिजे. विचार कर, मला एकदोन दिवसांत सांग."

त्याचा औपचारिक निरोप घेऊन, डॉ. सिंग निघून गेले. हा प्लॅन त्यांनी

आधीच आखला होता याबद्दल त्याची खात्री झाली. त्यांना माणसांची माणूस म्हणून काही किंमत नाही. त्यांच्या या सत्तास्पर्धेतल्या पटावर सर्वजण 'प्यादी' होती, जरुरीप्रमाणे मागेपुढं करायची.

त्याला पार्कमध्ये बसवेनाच. तो उठून बाहेर आला. गावाकडे 'भारत रसायन'ची प्रचंड बस निघालीच होती. त्याने हात वर केला.

त्याच्या फ्लॅटकडे जाण्याच्या कॉरिडोरमध्ये उंची गालिचा (सिंथेटिक) पसरलेला होता. त्यावर पावलांचा एवढासुद्धा आवाज होत नव्हता. फ्लॅटच्या दाराला थंबप्रिटचं इलेक्ट्रॉनिक दार होतं. त्याने काचेच्या चौकोनावर अंगठा टेकताच दार अलगद उघडलं.

आत पाय टाकताच त्याला मायाच्या किनरी हसण्याचा आवाज ऐकू आला. तो स्वतःच्याच विचारात इतका गुंग होता, की काही न बोलताच तो पुढे गेला. बेडरूमकडे येता येता त्याने हाक मारली, "माया."

आणि तो तसाच बेडरूममध्ये शिरला.

"मोहन !" माया जवळ जवळ किंचाळलीच. त्या आवाजाने मोहनची मान खाडदिशी वर झाली-

बिछान्यावर - बिछान्यावर-

त्याचा आपल्या डोळ्यांवर विश्वास बसेना

माया-माया आणि एक पुरुष-जवळ जवळ विवस्त्र-

दोघं भयचकित नजरांनी मोहनकडे पाहत होते. एक क्षणभर तो त्या किळसवाण्या दृश्याकडे पाहत राहिला - आणि मग आल्या पावली फ्लॅटच्या बाहेर पडला.

मनात किळस सोडली तर इतर कोणतीही भावना नव्हती.

राग तर नव्हताच नव्हता.

उलट एकदम एक हलकेपणा आला होता. गेले काही दिवस मायाचा थिल्लर स्वभाव त्याला असह्य व्हायला लागला होता; पण तिनं हट्ट धरला असता तर कराराचे सहा महिने पुरे करावे लागले असते किंवा हजारोंनी नुकसानभरपाई द्यावी लागली असती -

त्याचा हा प्रश्न आता विनासायास सुटला होता. मायाला काही अक्कल असली, तर तो परत यायच्या आतच ती निघून गेलेली असेल. नसली गेली तर

तो तिला हाकलून देऊ शकेल. तिने स्वतःच कराराचा भंग केला होता -

तो परत आला तेव्हा माया घरातच होती. कदाचित तिने त्याच्या स्वभावातला कणखर गाभा ओळखला नसावा.

मोहन खोलीच्या दारातूनच म्हणाला,

"अजून तू गेली नाहीस?"

"कुठे जाऊ, मोहन?" ती रडक्या आवाजात म्हणाली.

"मला काय फिकीर त्याची? चल सामान आवर."

"मोहन, मला काही माहिती नाही इथली."

"शीः ! माया, तू मला शिसारी आणतेस ! सरकारी केन्द्रावर जा ! ओ! आय डोंट केअर ! गेट आऊट !"

"मोहन ! आपला करार -"

"माया," मोहन बर्फाच्या थंड आवाजात म्हणाला, "एक तासाच्या आत तू जर येथून गेली नाहीस, तर मी स्वतः केन्द्रावर करारभंगाची अर्जंट तक्रार करीन."

"आणि मी सगळं नाकबूल केलं तर?"

"मला नाही वाटत तू इतकी मूर्ख आहेस असं! तुला माहीत आहे, की पहिली तपासणी सत्ययंत्रावर घेतात."

तिच्या डोळ्यातलं पाणी आटलं, चेहरा कठोर झाला. काही न बोलता ती तिचे कपडे, दागिने, भेटीच्या वस्तू आवरायला लागली. एकदा तिने अल्लडपणाचे सोंग टाकून दिल्यावर तिच्या हालचाली झटपट, शिस्तबद्ध होऊ लागल्या.

बरोबर चाळीस मिनिटांत ती फ्लॅटबाहेर पडली. शेवटपर्यंत तिने एकदाही त्याच्याकडे पाहिलं नाही. त्याची खात्री होती, की तिच्या मनात एव्हाना पुढच्या कराराबद्दल विचार सुरूही झाले असतील.

"माया," मोहन शेवटी म्हणाला, "कराराचे उरलेले दिवस मी रद्द करून टाकणार आहे. तुला विनाकारण त्रास द्यायची माझी इच्छा नाही."

त्याचं हे वाक्य मात्र तिला अतिशय झोंबलेलं दिसलं. अगदी झपाट्याने ती बाहेर गेली. दारं सरकती होती म्हणून, नाहीतर तिने आपल्यामागे दार दणकन लावलं असतं, त्याला वाटलं.

❖❖❖

६

दुसऱ्या दिवसापासून त्याने जयदेवच्या जागी काम करायला सुरुवात केली. प्रोजेक्ट कोणता घ्यायचा? तो किती वेळात व कसा पूर्ण करायचा? याचे त्याला संपूर्ण स्वातंत्र्य होते. डॉ. सिंग याबाबतीत चुकूनही कधी बोलत नसत. उपकरण, पैसे इत्यादींच्या त्याच्या मागण्या त्यांच्यातर्फे वर जात असत आणि संमत होऊन येत असत.

पहिल्यांदा तो जयदेवच्या खोलीत आला तेव्हा त्याला संकोच वाटल्याखेरीज राहिला नाही आणि मग त्याच्या मनात एक विचित्र असा विचार आला. डॉ. सिंगनी त्याला ही जागा दिली होती; पण प्रत्यक्ष जयदेवचीही तीच इच्छा होती - मोहनने त्याची जागा घ्यावी; पण अर्थात अगदी वेगळ्या, विरोधी अर्थानं !

त्याने जयदेवचे कागद प्रत्यक्ष पाहिले तेव्हा तर त्याची खात्रीच झाली. गेल्या महिनाभरात जयदेवने त्यात काहीही भर घातली नव्हती. सर्व कागद संपूर्ण होते. कोठेही अर्धवट असा भाग ठेवला नव्हता. जणू काही जयदेवला त्याचं भविष्य आधीच जाणवलं होतं!

सर्व प्रोजेक्टचा अभ्यास करून, त्याच्या वेगवेगळ्या भागांना योग्य ती गती देण्यात मोहनचे पहिले दहाबारा दिवस गेले. कामाने तो इतका थकून जायचा, की इतर कशावर विचार करायला त्याला वेळच नव्हता; पण जेव्हा काम व्यवस्थित सुरू झालं तेव्हा त्याच्यावरचा भार कमी झाला आणि मग स्वतःकडे पाहायला त्याला सवड मिळाली.

माया गेली त्या क्षणापासून त्याला एका क्षणाचाही खेद झाला नव्हता. शरीराच्या नैसर्गिक गरजा भागविण्याइतपतच तिचा उपयोग होता. आयुष्यातल्या रिकाम्या वेळातच तिचं स्थान होतं; पण तिने मात्र ही गोष्ट ओळखली नव्हती किंवा स्वीकारली नव्हती. त्याच्या आयुष्यातल्या इतर भागांत शिरकाव करण्याची तिने अवास्तव अपेक्षा केली होती आणि ती असफल झाल्यावर स्वतःच्या मनोरंजनासाठी तिने इतर उपाय वापरले होते. तो त्या

दिवशी अचानक परत आला; म्हणून त्याच्या ध्यानात ही गोष्ट आली. हे त्या आधी कितीतरी दिवस चाललं असलं पाहिजे. पसरत जाणे हा किडीचा स्वभाव असतो. माणसाच्या ध्यानात ती आली, की माणूस ती झटकून टाकतो. किडीवर रागवण्यात अर्थ नाही. तेव्हा त्याला मायाचा राग आला नव्हता. तो तिला विसरूनही गेला होता. स्वतःची काळजी घ्यायला तो पूर्ण समर्थ होता.

पण त्याची शारीरिक गरज शिल्लकच होती. देहाची ती एक नैसर्गिक गरज होती आणि ती जर योग्य वेळी पुरवली गेली नाही तर, त्यालाच विनाकारण त्रास होणार होता. म्हणजे त्याला पुन्हा एकदा करारकेन्द्रावर जावं लागणार होतं.

मुंबईला पश्चिम विभाग करारकेन्द्राचं मुख्य कार्यालय होतं. त्या प्रमाणात इमारत भव्य होती. १९८२ मध्ये प्रथम ही कार्यालयं उघडली गेली तेव्हा त्यांना समाजातून खूप विरोध झाला होता असं त्यानं वाचलं होतं. जुन्या - नव्यातला हा संघर्ष नेहमीच चालत आला होता. जी पद्धत समाजात गुप्त रूपात प्रचलित होऊ पाहत होती तिला कायदेशीर उघड रूप देणं हेच फायद्याच होतं.

ही स्त्रीच्या शरीराची उघड सौदेबाजी आहे असा आरोप सुरुवातीस झाला; पण नाहीतरी हा प्रकार आडून-आडून, गुप्तरूपाने आज हजारो वर्षे चाललाच होता. त्याला आता एक कायदेशीर व व्यवहारी रूप आलं. स्त्री व पुरुष या दोघांचंही हित पाहिलं गेलं आणि शेवटी एक गोष्ट होतीच. विवाहसंस्था ही पूर्वीइतकीच पवित्र, अबाधित अशी राहिली. एक तर हे करार सर्व पातळ्यांवरील लोकांना परवडण्यासारखे नव्हते आणि वरच्या, श्रीमंत, स्वच्छंदी लोकांत जी एक विवाहबाह्य संबंधांची साथ फैलावत चालली होती तिलाही आळा बसला. करारानंतरचे विवाह जास्त सुखी, स्थिर असे ठरले.

मोहन त्या रूढीतच वाढला होता व त्याला ते सर्व नैसर्गिक असंच वाटत होतं. त्याने संध्याकाळची अपॉइंटमेंट घेतली.

पश्चिम विभाग करारकेन्द्र कार्यालय एका आठमजली इमारतीत होतं. बाहेर प्रशस्त पटांगण, त्यात अद्ययावत उद्यान, अनेक कुंज आणि एकांताच्या जागा होत्या. खालचा सर्वच्या सर्व मजला एकाच प्रशस्त दालनाने व्यापला होता. रंगसंगती, सजावट, प्रकाशयोजना, संगीत हे सर्व अत्यंत आल्हाददायक होतं. माणूस आत आलं, की त्याच्या मनावरचा ताण नाहीसा होत होता. तो सुखावत

होता. त्याचा नेहमीचा प्रतिकाराचा पवित्रा सावकाश सावकाश बदलत होता. स्वस्थ चित्ताने योग्य तो निर्णय घ्यायला मन:स्थिती समतोल होत होती.

दुसऱ्या मजल्यावर एका बाजूस कार्यालय होतं. तेथे स्वतःचा अर्ज द्यायची जागा होती. अर्ज गणनयंत्रातून गेला, की मग मधल्या खोल्यांतून यांत्रिक चाचणीसाठी जावं लागत असे. श्वासोच्छ्वास, नाडी, त्वचेचा ओलावा, रक्तदाब, शरीरातील विद्युत प्रतिक्रया यांचे सूक्ष्म मोजमाप करणारी ही यंत्रे-त्यांना कोणीही फसवू शकत नसे. करारातील खरी-खोटी माहिती पडताळण्याचे, त्याचप्रमाणे कराराचा भंग झाला तर त्याची चौकशी करण्याचे काम येथे होई. या यंत्राला व्यवहारात 'सत्ययंत्र' नाव पडले होते आणि त्याच्यापुढे जायला मी-मी म्हणणारे लोकही धजत नसत.

येथे हिरव्या दिव्यांची पसंतीची खूण झाली, की मग शेवटच्या भागात प्रवेश मिळे. त्या ठिकाणी यंत्राने समंती मिळालेल्या सर्वांच्या अर्जांचा संपूर्ण संग्रह होता. शिक्षणाने, वयाने, आवडींनी, अपेक्षांनी अनुरूप असलेल्या विरुद्ध लिंगाच्या व्यक्तीची संपूर्ण माहिती व पत्ता येथे मिळे. त्यांतील एक किंवा अनेक व्यक्तींची निवड केल्यावर केन्द्रातर्फे त्यांच्याशी मुलाखत व चर्चा करण्याची संधी मिळे. यासाठी वरचे मजले राखून ठेवले होते. अगदी शेवटच्या, आठव्या माळ्यावर व त्यावरच्या गच्चीवर विश्रांतीगृह, थिअटर, बाग, पोहण्याचा तलाव, विमानतळ इत्यादी सोयी होत्या.

अर्ज दिल्यावर पाचएक मिनिटांत मोहनला यंत्राच्या खोलीत बोलावण आलं. खास बनवलेल्या खुर्चीवर बसताच योग्य ठिकाणी वीजवाहकांचा स्पर्श झाला. यंत्रावर हिरवा दिवा लागला, याचाच अर्थ हा होता, की खोलीत त्याच्याशिवाय कोणीही नव्हतं. त्याला माहीत होतं, की ध्वनिक्षेपकातून येणारे प्रश्न मागे बसलेला एक तंत्रज्ञ विचारत आहे आणि मोहनच्या प्रतिक्रियांचा समोरच्या तबकड्यांवर आलेल्या आकड्यांवरून अभ्यास करीत आहे; पण त्या पोलादी, बंद खोलीत बसलेला माणूस हे विसरून जायचा आणि समोरच्या त्या अवाढव्य यंत्रालाच एक मानवी रूप द्यायचा.

"मोहन संत?"

"होय, मीच मोहन संत."

"तुमचा पहिला करार अजून संपलेला नाही?"

"नाही, पण मी तो रद्द केला आहे."

"दुसऱ्या पक्षाची समंती आहे?"

"संमती नाही; पण मला नाही वाटत ती तक्रार करील." मोहनने खोलीत पाहिलेला प्रकार साद्यंत वर्णन केला,

"तिचा हल्लीचा पत्ता माहीत आहे?"

"नाही."

"तिच्याविरुद्ध तक्रार करायची आहे?"

खोलीत जरावेळ यंत्राचा 'हमममऽ' आवाज येत राहिला.

"ठीक आहे. आम्ही तिची गाठ घेऊ. आता इतर प्रश्न,"

एकामागोमाग प्रश्न आले. अनेक प्रकारचे, त्यांची उत्तरे द्यायला मोहनला विचारही करावा लागला नाही.

वरचा दिवा एकदम हिरवा झाला.

"मोहन संत, तुम्ही पुढच्या खोलीत जाऊ शकता. प्राथमिक निवड करू शकता; पण दुसऱ्या कराराआधी त्या मायाची माहिती आमच्याकडे आली आहे की नाही याची खात्री करून घ्या."

मोहन उठला व खोलीबाहेर आला. एकदोन सेकंद विचार करून, तो तसाच तिसऱ्या भागाकडे वळला.

करारकेन्द्रांना जागतिक मान्यता मिळाल्यामुळे केन्द्रातील अल्बमना आंतरराष्ट्रीय स्वरूप आलं होतं. त्यात सर्व देशांच्या, सर्व धर्मांच्या, सर्व श्रद्धांच्या व्यक्तींचा समावेश होता. समाजातील उच्च थरांच्या लोकांत या देवाणघेवाणीचं एक विस्तृत जाळचं विणलं गेल होतं. वेगळया अनुभवांची, वेगळया आयुष्याची आवड ही पूर्वीपासून होतीच. आता आर्थिक स्थैर्य व कायदेशीर हमी मिळाल्यामुळे हे व्यवहार जास्त सुलभ व मोकळेपणाने होऊ लागले होते.

मोहनने या करारपद्धतीचा स्वीकार केला असला, तरी असली आत्यंतिक प्रयोगक्षमता त्याच्या स्वभावास मानवणारी नव्हती. हजारो वर्षांचे संस्कार पाहता पाहता कधीच नष्ट होत नाहीत. प्रत्येकाचं शेवटचं लक्ष्य एक आदर्श, सुखी, समाधानी विवाह हेच असणार, निदान मोहनचं तरी ते होतं. मायाची निवड करताना त्याच्या मनात विचार आला होता : 'कदाचित ही माझी भावी पत्नीसुद्धा होईल !' पण त्याचा तो अंदाज पूर्णपणे चुकला होता. आता समोरचे

सुंदर तरतरीत चेहरे पाहताना त्याची नजर सावध होती. सुतावरून स्वर्गाला जायची भाबडी वृत्ती आता गेली होती; पण शेवटी तो आपल्या विचाराशी प्रामाणिक राहिला. सावधपणाने असली तरी निवड त्याच हेतूने होत होती. मनाचा कलच त्या दिशेला होता आणि असा विचार करताना एक अनामिक समाधानही होतं. केवळ शारीरिक सुखाच्या बाह्य आकर्षणाची पकड मनावर बसत नव्हती.

मोहननं जेव्हा फोटोचा अल्बम हाती घेतला तेव्हा मनात जरा तरी चलबिचल झाल्याशिवाय राहिली नाही. अल्बमच्या पानापानांतून त्याच्याकडे एकाहून एक सुंदर चेहरे टक लावून पाहत होते. मनातला किंवा मेंदूतला कोणता भाग निर्णय घेत होता हे त्याला कळत नव्हतं; पण प्रतिक्रिया एका क्षणातच नक्की होत होती.

नको..नको..नको..नको..

एकाएकी मोहन थांबला. एक चित्र समोर आलं होत. तेवीस-चोवीस वर्षांची एक तरुण स्त्री केवळ सौंदर्यांच्या दृष्टीने विचार केला असता, तर तिच्यापेक्षा सरस मुली त्याच्या नजरेखालून गेल्या होत्या. नजर गुंगत होती ती केवळ सौंदर्याने नाही. ते तर होतचं; पण त्याशिवाय आणखीही काही तरी होतं. आजकाल सहसा दृष्टीस न पडणारं. निदान अशा ठिकाणी तर खासच नाही.

विनय? गोडवा?.... त्याला नावच नव्हतं; पण त्या चित्राने त्याची नजर पाशात पकडली होती. येथे काहीतरी फार मोठी विसंगती आहे असं त्याला वाटतं होतं. या चेहऱ्याचं स्थान हा अल्बम खास नव्हतं. कोणीही यावं आणि... आणि...

मनातल्या घालमेलीचं त्याला आश्चर्य वाटलं. अल्बम मिटून त्याने जागेवर ठेवला तेव्हा त्याचे हात थरथर कापत होते. काहीवेळ तो तसाच खुर्चीवर बसून राहिला. कंप हातांनाच नव्हे, सर्व शरीराला सुटला होता. श्वासही जोराने यायला लागला होता. सर्व शरीर एक प्रकारच्या धगीने उमलून येत आहेसं वाटत होतं. आपल्या तीव्र प्रतिक्रियेचं त्याला नवल वाटत होतं.

त्याने शेजारचा फोन उचलून कानाला लावला.

"कार्यालय" आतून आवाज आला.

"मी मोहन संत."

"यस? आपल्याला काय मदत हवी?"

"आताच मी अल्बम पाहत होतो."

"यस?"

"नंबर ३८?"

मोहनने फोन हातात घट्ट धरला होता.

"एक मिनिट थांबा हं." काही कागद चाळल्याचा आवाज आला. "काही सूचना नाहीत. शी इज अव्हेलेबल. तुम्हाला भेट ठरवायची आहे?"

"हो,"

"अठ्ठेचाळीस तासांचा अवधी लागतो."

"मला माहीत आहे."

"परवा संध्याकाळी वेळ सोयीची आहे?"

"हो."

"आपला नबंर देऊन ठेवा. आपल्याला जर आमच्याकडून काही कळलं नाही तर परवाची भेट नक्की झाली आहे असं समजा."

"थँक यू,"

"थँक यू मि. संत."

मोहनने फोन अतिशय अलगद खाली ठेवला.

केन्द्राकडून त्याची सर्व माहिती आणि फोटो तिच्याकडे जाईल. पुढचा निर्णय सर्वस्वी तिचा होता. कदाचित ती सरळसरळ नकार देईल. त्या केसमध्ये त्याला तिचं नावगावही कळणार नाही. कदाचित ती त्याची गाठ घ्यायला तयार होईल आणि मग प्रत्यक्ष गाठ पडण्यापूर्वी केन्द्राकडून दोघांना एकमेकांची संपूर्ण माहिती पुरवली जाईल. स्त्रियांची नावंगावं कळून त्यांचा गैरउपयोग केला जाऊ नये यासाठी ही खबरदारी होती; पण ज्यांना असं करायचं आहे त्यांना अनेक मार्ग उघडे होते. चारपाचशे रुपये दिले तर कोणतीही गुप्तचर-संस्था त्या स्त्रीची संपूर्ण माहिती दोन तासांच्या आत मोहनच्या हाती आणून देऊ शकली असती. आणखी चार-पाच हजार रुपये दिले तर आणखीही काही...

एकाएकी मोहनला जयदेवचे शब्द आठवले, "सर्व सत्ता आज धनाढ्य आणि गुंड लोकांच्या हाती आली आहे. आपण त्यांच्या मेहरबानीवर जगत आहोत मोहन. यंत्राच्या दिशेनंच लहान चाक फिरतं, तोवरच ते शाबूत राहतं."

७

दोन दिवस फक्त... पण ते आता जाईनात. कामावर लक्ष लागेना. सर्व काम बाजूस ठेवणं हाच शहाणपणा होता.

मोहन स्वतःपाशीही कबूल करीत नव्हता; पण करारकेन्द्रातून नकारार्थी फोन यायची त्याला धास्ती वाटत होती. कितीदा तरी त्याला विलक्षण मोह झाला- समोरची तबकडी फिरवावी आणि त्यांना विचारून खात्री करून घ्यावी; पण त्याने स्वतःला सावरलं. तसं करणं शिष्टाचाराला सोडून झालं असतं. दुसरा दिवस जेव्हा संपत आला तेव्हा कोठे त्याच्या जिवात जीव आला.

केन्द्र कार्यालयात पोचताच त्यांनी त्याच्या हातात एक फाईल दिली व एवढंच सांगितलं : 'खोली नं.८/४३, साडेसहा वाजता,' तो आठव्या मजल्यावरच्या ४३ नंबरच्या खोलीत आला. वरचा सर्वच मजला मुलाखतीसाठी राखून ठेवला होता. सर्वत्र शांतता होती.

खोलीत दोनतीन कोच, उत्तम गालिचा, टेलिव्हिजन, सर्व्हिस पॅनेल, वातनियंत्रक वगैरे सर्व सोयी होत्या; पण मोहनचं आता इतर कशाकडेही लक्ष नव्हतं. एका कोचावर बसून त्यानं हातातलं पाकीट उघडलं. केन्द्राच्या छापील फॉर्मवर तिची सर्व माहिती होती.

नाव : शशिकला माथूर, वय - २३ वर्षे, शिक्षण एम.ए.(म.वि.) तौलनिक समाजशास्त्र, दर्जा अविवाहित, केन्द्रात नोंदणी-पहिली खेप, अपेक्षा प्रत्यक्ष भेटीत. त्यानंतर तिच्या घराण्याची माहिती होती; पण मोहन फॉर्मवरच्या एका तारखेकडे पाहत होता. कलकत्याहून तो मुंबईस आला; 'भारतीय रसायन'मध्ये दाखल झाला; त्यानंतर दोनतीन आठवड्यांतच तिने केन्द्रात अर्ज केला होता. हा योगायोग मोठा नवलाचा खरा! त्याला वाटलं.

तिची यायची वेळ जसजशी जवळ यायला लागली तशी मोहनची उत्कंठा वाढायला लागली. त्याला स्वतःचं नवल वाटत होतं, थोडासा रागही येत होता; पण तो स्वतःच्या भावना आवरू शकत नव्हता. न राहवून, तो कोचावरून उठला

आणि खोलीत येरझारा घालू लागला. अगदी साडेसहा वाजले तेव्हाच त्याने आपले शरीर अगदी निश्चय करून कोचावर दाबून बसवलं.

बरोबर साडेसहाला शशिकला खोलीत आली.

दार उघडलं होतं आणि ती दारात उभी होती. पाठीमागच्या प्रकाशाने तिच्या केसांच्या बटांना एक पारदर्शक सोनेरी झिलई चढली होती. एक पाय दारात होता. एक पाय खोलीत होता. एक हात दारावर होता. दुसरा हात छातीवर होता. ती क्षणभर तशीच स्तब्ध उभी राहिली.

तो क्षण मोहनच्या आठवणीत जन्मभर राहणारा होता. शशिकला दाराशी येताच तो उठून उभा राहिला होता आणि दोघं एकमेकांकडे पाहत उभे राहिले. काही क्षण काळ थांबला...

शशिकला खोलीत आली. पूर्ण प्रकाशात आली आणि मोहनला असं दिसलं, की फोटोत तिच्यावर अन्याय झाला होता. तिच्या कपाळपट्टीवर आलेला घामाचा अस्पष्ट ओलावा, क्षणभर डोळ्यात उमटलेला संभ्रम आणि मग एका स्वागताच्या, अस्फुट हास्यात हलकेच विलग झालेले ओठ आणि त्याच हास्याचे वरच्या नेत्रांत उमटलेले प्रतिबिंब... हे सारं प्रत्यक्ष डोळ्यांनीच पाहायचं होतं. कोणता निर्जीव फोटो हे दाखवू शकेल?

ते दोघं एकमेकांकडे पाहत, श्वास रोखून, उभे राहिले होते...

आणि मोहन दचकून भानावर आला. "या ना," तो जरासा मागे सरकून म्हणाला, "या, ना" आणि तो तसाच मागे सरकला.

शशिकला खोलीत आली. खोली उजळून निघाली.

"माझा माझ्या डोळ्यांवर विश्वास बसत नाही-" मोहनचा हलका आवाज.

"का बरं?" तिचा आवाज अपेक्षेइतकाच गोड होता.

"शशिकला, तू केन्द्रावर नाव का नोंदवलंस?" मोहन आवेगाने बोलत होता. "वरून कितीही गोजिरं रूप दिलं, तरी कराराचं स्वरूप कधी बदलतं का? तो सरळ सरळ देहविक्रीचा वायदा असतो..."

"पण तुम्हीही इथे आलात की !" ती सरळ, न कचरता बोलत होती : "आयुष्यातले अनुभव केव्हा तरी घ्यावे लागणारच ना?"

"तुझ्या लक्षात येत नाही, शशिकला" मोहन अगदी तळमळून बोलत

होता, “करारकेन्द्र हे स्त्रियांच्या संरक्षणासाठी निर्माण झालं आहे; त्यांना जीवनाचा अभ्यास घडविण्यासाठी नाही ! मी पुरुषांच्या जातीत जन्माला आलो आहे- या केन्द्राकडे पाहण्याची पुरुषांची काय दृष्टी असते ते मला स्वानुभवाने माहीत आहे.” त्याला तिच्याकडे पाहवेनाच. तो जवळजवळ स्वतःशीच बोलत होता; “निदान तू तरी इथे यायला नको होतंस ! तू तरी इथे यायला नको होतंस ! तू तरी नको !”

त्याच्या शब्दागणिक शशिकलेच्या डोळयांत उमटणारं मार्दव, उमटणारी सहभावना त्याला दिसलीच नाही. शशिकला स्वतःशीच हलकेच मान हलवीत होती.

“आपण बसूया का?” ती जराशी हसत म्हणाली, “तुम्ही फार अस्वस्थ झालेले दिसता. मोहन, स्त्रीलाही निवडीचं संपूर्ण स्वातंत्र्य आहे हे विसरलात का?” आता कोठे तिच्या शब्दांचा खरा अर्थ त्याला समजला. ती त्याच्याकडे पाहून बोलत होती :

“मोहन, मी नोंदणी केल्यापासून सुमारे दीड हजार लोकांनी माझा नंबर निवडला आहे.” या भयंकर गोष्टीबद्दल ती इतकी शांतपणे कशी बोलू शकते? त्याला नवल वाटत होतं आणि “मोहन,” ती एकदम खालच्या आवाजात म्हणाली, “प्रत्यक्ष गाठ अशी तुमचीच प्रथम घेत आहे मी. यावरून काय ते समजा.”

“म्हणजे?”

“मी जास्त काही एक बोलणार नाही. बसूया का आपण?”

मोहन बसला होता; पण अवघडल्यासारखा. मनाची अस्वस्थता त्याच्या शारीरिक हावभावातून प्रतीत होत होती. तिला त्याने शेकडो प्रश्न विचारले होते आणि कोठेही न अडखळता तिने सर्व प्रश्नांची मनमोकळी उत्तरं दिली होती. तिचे शिक्षण, तिचे विचार, तिच्या अपेक्षा, तिच्या आवडीनिवडी, सर्व काही अपेक्षित कल्पनांशी सुसंगत होतं; पण सर्वत्र त्याला एक विसंगती जाणवत होती किंवा तिच्या विचारविश्वातलं एक द्वैत जाणवत होतं. काही एका पातळीपर्यंत स्पष्ट विचार आणि त्यापुढे एक अभेद्य, अनाकलनीय, तर्काच्या कसोटीला न उतरणारी विचारसंस्था, ही विभागणी मनाला पटत नव्हती. एकतर ती

स्वभावातलीच एक विकृती असावी किंवा विचारांवर पडलेल्या कृत्रिम मर्यादा असाव्यात. कितीही प्रयत्न केला तरी त्याला त्या पातळीचा छेद घेताच येत नव्हता आणि मध्येच तो एकदम थांबला.

"शशी, तू मला काहीच विचारत नाहीस !"

"तुमचा सायकोग्राफ मी पाहिला आहे. मोहन !" ती हसत म्हणाली.

सत्ययंत्रातून निघालेल्या आलेखाला सायकोग्राफ हे नाव पडलं होतं. मानवी मनाच्या प्रेरणा शारीरिक प्रतिक्रियांतील बदलावरून सूचित होतात. मेंदूतील रासायनिक बदल, विद्युत प्रवाह, त्वचेचे तापमान, त्वचेचा ओलावा, रक्तदाब, या सर्वांवर इच्छांचा परिणाम होतो. शास्त्रीय संकेतांनी एक आदर्श चित्र ठरवलं होतं. त्याच्या पार्श्वभूमीवर हा आलेख तपासून पाहिला, की प्रत्येकाचं वेगळेपण एका दृष्टिक्षेपात उघड होत होतं.

"तुझ्या फाईलमध्ये तर तुझा ग्राफ नव्हता !"

"मोहन, अजून व्यक्तिस्वातंत्र्याचा पुरता लोप झालेला नाही !" शशी हसत म्हणाली, "अजून तरी सायकोग्राफ ऐच्छिक आहे. अर्थात तुमची मागणी असेल तर मला तो काढून घ्यावा लागेल." त्याला वाटलं, क्षणभर तिच्या डोळ्यात भीतीची एक अस्पष्ट रेषा तरळून गेली.

"नो नो !" मोहन एकदम म्हणाला, "मला त्याची काही जरूर वाटत नाही !"

शशी हसली. एक सुस्कारा सोडून, आरामात मागे टेकून बसली.

"मग झालं तर, मला काहीही विचारायचं नाही. तुम्हाला वाटेल ते विचारा. वाटेल तितका वेळ विचारा."

तिच्या रूपाने मोहन आधीच मोहित झाला होता. तिचं सुसंस्कृत, शालीन; पण तितकंच निर्धारी वागणं त्याला आवडलं होतं. भेटीचा निर्णय काय लागणार होता हे ठरल्यासारखंच होत; पण प्रत्यक्षात तो क्षण जवळ यायला लागला तशी मोहनची अस्वस्थता वाढायला लागली. तिच्या रूपागुणामागे लपलेलं (लपवलेले हा प्रयोग त्याला अयोग्य वाटला.) काहीतरी त्याला जाणवत होतं. टोचत होतं. शेवटी गप्प राहणं अशक्य होऊन, मोहन म्हणाला, "ठीक आहे, शशी. माझी खात्री आहे, की मला तुझ्या स्वभावाचं पूर्ण आकलन झालेलं नाही; पण मी विचार करतो, की जास्तीत जास्त सहा महिन्यांचाच प्रश्न आहे. चूक झालीच तर

फार मोठी होणार नाही. मी कराराला होकार देणार आहे. तुझं मत केव्हा कळेल?'

तिच्या चेहऱ्यावर हास्य होतं. त्यात मिश्किलपणाचा एवढासुद्धा अंश नव्हता. त्याच्या हातावर हात ठेवून ती एवढंच म्हणाली,

"मोहन, मी सांगायलाच हवं का?"

आपल्याला इतका आनंद होईल ही मोहनला कल्पनाच नव्हती.

"शशी तू तयार आहेस?"

तिची नजर त्याच्या चेहऱ्यावरून पसरली. खाली पायाकडे गेली. आणि आश्चर्य ! तिच्या गालावर, गळ्यावर, एक नाजूक लाली चढली होती.

"केव्हापासून शशी?" मोहनने हलकेच विचारले.

"तुम्ही म्हणाल तेव्हापासून." तिचा आवाज अगदी लहान होता. आयुष्यात काही क्षण असे येतात, की त्या वेळी एक अमानवी, दिव्य, उत्कट अशा भावनेचा माणसाला साक्षात्कार होतो. हा क्षण पुढच्या सर्व आयुष्याला उजाळा देतो. मोहनसाठी तो क्षण आता आला होता.

शशी मोहनच्या आयुष्यात आली. 'जणू काही पती-पत्नी या नात्याने आम्ही विवाहबद्ध झालो आहोत असं आमचं आचरण राहील...' करारातील या अटीचे पालन इतक्या पूर्णत्वाने कधीही झालं नसेल. त्याला वाटलं, शारीरिक गरजांचा तर प्रश्नच नव्हता; पण मोहनला ती बाब आता गौण वाटायला लागली होती. मायाच्या सहवासात मोहनला जी एक मानसिक पोकळी जाणवायची तसं आता कधीही होत नव्हतं. सुसंस्कारित, सुविद्य मनाची शशी कोणत्याही विषयावर त्याच्याशी समान पातळीवरून चर्चा करू शकत होती. तिला स्वतःची मतं होती. म्हणून मतभेद होते आणि म्हणून साधकबाधक; पण दिलखुलास चर्चा होत होती. नीतिशास्त्र, राजकारण, समाजरचना, अर्थकारण... सर्व विषय...

"शशी," तो एकदा म्हणाला, "ही तुझी व्यापक दृष्टी, विचारांची खोली ही केवळ महाविद्यालयीन शिक्षणाने येणार नाही."

"मग," मी कुठ तसं म्हणाले? पदवी घेतल्यावर मी काही पुस्तकं कुलूपबंद केली नव्हती काही ! वाचन, मनन चालूच होतं आणि अर्थात प्रोफेसर

शिवदासांची कायम मदत असायचीच.

त्याला हे नाव पूर्वी कधीतरी ऐकल्यासारखं वाटलं.

"शिवदास," तो विचार करीत म्हणाला,

"माझ्या थिसिससाठी ते गाईड होते. पदवी मिळाल्यावरही आमचे संबंध दुरावले नाहीत. त्यांनीच माझं मन खरोखर घडवलं मोहन."

शिवदास... मनात कोठेतरी स्मृतीची घंटा खणखणत होती; पण काही केल्या त्याला संदर्भ लागेना. शेवटी त्याने तो प्रयत्न सोडून दिला.

प्रयोगशाळेत जयदेवच्या टेबलापाशी बसला असताना, मोहनला एका रिकाम्या क्षणी हे संभाषण आठवलं. शिवदास, शिवदास हे नाव त्याने कोणाच्या तोंडून ऐकलं होतं? त्याची विमनस्क नजर खोलीभर फिरत होती. जयदेव... जयदेवची खोली... अर्थात ! त्याला एखदम आठवलं. त्याला प्रत्यक्ष जयदेवनेच हे नाव सांगितलं होत. जयदेवने...

मोहन एकदम निश्चल झाला. जयदेवने ते नाव एका अगदी वेगळ्या संदर्भात घेतलं होतं. "तुला काही मदत लागली तर त्यांच्याकडे जा." तो म्हणाला होता. तेव्हा शिवदासना जयदेवची माहिती होती. त्याच्या मताशी ते सहमत नसले, तरी त्यांना त्याच्याबद्दल सहानुभूती वाटत असली पाहिजे. अशा या शिवदासांच्या हाताखाली शशी शिकून तयार झाली होती.

तिच्या वागण्यातल्या ज्या गोष्टी त्याला विसंगत वाटल्या होत्या, त्या आता ओळीने त्याच्या मनासमोर उभ्या राहिल्या. तिचं करारकेन्द्रात नाव नोंदवणं, सायकोग्राफ काढून घ्यायला तिचा नकार, त्याला भेटताना तिला वाटलेली भीती, प्रश्न न विचारता तिने कराराला दिलेली मान्यता...

याच संदर्भात आणखीही काही गोष्टी त्याला आठवल्या. जयदेवने त्याला वळविण्याचा प्रयत्न केला होता. मोहनला शिवदासचं नाव सांगितलं होतं. त्याअर्थी शिवदासांना मोहनचं नाव सांगितलेलं असणारच. तो मुंबईत दाखल झाल्याबरोबर शशीने करारकेन्द्रात नोंदणी केली होती. शिवदास तिचे शिक्षक आणि गाईड होते. दीड हजार अर्जांतून तिने मोहनची निवड केली होती आणि बिनतक्रार.

या सर्व घटनांत त्याला एक कृत्रिम मांडणी दिसायला लागली. त्याला

त्याच्या कटात ओढण्यासाठी ही सारी धडपड होती का? शशीचा त्यांनी या कामासाठी उपयोग केला होता का? हा विचार मनात येताच त्याला विलक्षण संताप आला. त्या रागाच्या तिरमिरीतच त्याने फोन जवळ ओढला. त्याला वाटत होतं आताच्या आता अगदी या क्षणी या शिवदासला चांगल सुनवावं..

पण त्याने फोन केला नाही. नंबरांच्या बटणांवरचा हात सावकाश काढून घेतला. अविचाराने काही करणं योग्य नाही. त्याला वाटलं, निदान प्रयोगशाळेतून तरी या प्रोफेसर शिवदासांशी बोलायला नको. जयदेव म्हणत होता, की त्याच्या सर्व हालचालीवर लक्ष असतं. ते अगदी सहज शक्य होतं. ती गोष्ट योग्य होती की अयोग्य होती हा भाग वेगळा; पण त्याला स्वतःला कोणत्याच भानगडीत गुंतवून घ्यायचं नव्हतं. तेव्हा फोनवरून बोलणं नको. त्यापेक्षा शिवदासांची गाठ घेणं जास्त चांगलं... त्याने फोन मागे सारला.

मग त्याच्या ध्यानात आलं - या प्रश्नाला दुसरीही बाजू आहे. आपण आतापर्यंत स्वतःपुरताच विचार करत आहोत. काही विशिष्ट तत्त्वांवर निष्ठा ठेवून, त्यांनी हा प्रयत्न चालवला होता आणि केवढी निष्ठा ! त्यांच्याशी मतभेद होऊ शकेल; पण त्यांची उपेक्षा खासच करता येणार नाही ! शिवदासांनी (ते जर सामील असतील तर) स्वतःची प्रतिष्ठा दूर ठेवली होती. जयदेवने तर स्वतःच्या प्राणाचीही पर्वा केली नव्हती आणि आता ही शशी.

शशी आपलं शरीर निःसंकोचपणे बिनतक्रार त्याच्या स्वाधीन करणारी शशी, केन्द्राच्या खोलीत येताच तिच्या डोळयात क्षणभर जराशी शंका, जराशी भीती उमटली होती व मग ती हसली होती. हा आपल्या व्यक्तिमत्त्वाचा प्रभाव असे समजून मोहनला स्वतःबद्दल अभिमान वाटला होता; पण आता एका क्षणात सारा गर्व, अभिमान, पार कोठच्या कोठे गडप झाला. माझ्या जागी एखादा वयस्क, काळा विद्रूप, इसम असता तर? तिने काय केलं असतं? हा विचार त्याच्या मनाचा थरकाप उडवणारा होता.

तिच्या सहवासातले गेल्या काही दिवसांतलं त्याचं वागणं त्याला आठवलं. मगाशी जशी संतापाची एक लाट येऊन गेली होती तशी आता शरमेची एक लाट आली. सर्व शरीर गरम झाल्यासारखं वाटलं. त्याने डोळे घट्ट मिटून घेतले. चेहरा हाताने झाकून घेतला, शशी...शशी...शशी....

पण हा उत्सर्गही फार वेळ टिकला नाही. त्याने जाणूनबुजून काहीही केलं नव्हतं. त्याची वागणूक नैसर्गिक होती, त्यात दोषार्ह असं काहीही नव्हतं.

पण शशी ! तिच्या सर्व वागण्याला आता एक सुसंगती आली होती. तिचं पाऊल तर शिवदास किंवा जयदेव यांच्याही पुढचं होतं, त्यापुढे त्यांनी सर्व तुच्छ लेखावं? तन,मन,धन, प्रतिष्ठा, मान, सुख सारं कचऱ्यासमान लेखावं? निष्ठा जेव्हा या पातळीला पोचते तेव्हा ती अमानवी होते, दिव्य होते.

आणि हे सर्व जर त्याच्यासाठी असेल, तर त्यामागे हेतू काय होता? त्याच्यात असं काय असामान्य होतं, की त्यांनी एवढा प्राणांतिक खटाटोप करावा? भावनावेग गेला होता आणि त्याचं मन नेहमीच्या तर्कशुद्ध मार्गाने विचार करायला लागलं होतं, त्याच्या आजवरच्या आयुष्यात असं काहीतरी होतं, की त्याचं या लोकांना जबरदस्त आकर्षण होतं. तेव्हा सर्व आयुष्य तपासून पाहायला हवं होतं.

शिवदासांची गाठ मागून केव्हाही घेता येण्यासारखी होती; पण शशी? तिचा प्रश्न निकडीचा होता. तिच्या हेतूबद्दल मनात संभ्रम असताना त्याचं वर्तन सरळ कसं राहील? त्याचा आधी काय तो सोक्षमोक्ष व्हायला पाहिजे. कदाचित तिच्याकडूनही (त्याची शंका खरी असली तर) त्यांच्या हेतूचा खुलासा होईल; पण याबद्दल मोहन साशंक होता. एखादी गोष्ट तिला सांगायची नसली तर काही झालं तरी ती सांगणार नाही. स्वतःच्या विश्वासासाठी ती कोठपर्यंत जाऊ शकते हे एकदा उघड झालंच होतं; पण तरीही प्रयत्न हा करावा लागणारच होता. तिची आजची भेट वादळी ठरणार की काय अशीही त्याला शंका वाटत होती.

आयुष्य एकदम अस्थिर, खळबळीचं, बहुरंगी झालं होतं.

८

मोहन जेव्हा घरी परत निघाला तेव्हा मनातलं विचाराचं वादळ बरंचसं शमलेलं होतं. या लोकांनी हे जे एक विलक्षण पाऊल टाकलं होतं, त्यामागे त्यांचे काय हेतू असावेत याचा मागोवा त्याचा मेंदू घेत होता. त्याच्या मनात आता राग उरला नव्हता; पण एक विस्मयाची भावनामात्र होती. तो घरी पोचला. शशी त्याची वाटच पाहत होती. तिच्या चेहऱ्यावर उमटलेले गोड हास्य पाहताच त्याच्या विचारांना पुन्हा एक आंदोलन मिळालं. हे हास्य पूर्ण खोटं आहे का? नकली आहे का? कारण तसं असलं, तर मग त्याला मानवी स्वभावाची काही पारखच नव्हती असं म्हणावं लागेल. शशीच्या निकट सहवासात त्याने घालवलेले क्षण... ते सर्व नाटक होतं? आताच असा आरोप करणं खासच धाष्टर्याचं होईल. आधी चर्चा झाली पाहिजे. तिची बाजू ऐकली पाहिजे आणि ते इथे नको. ज्या कारणासाठी प्रयोगशाळा वर्ज्य, त्याच कारणासाठी घरही वर्ज्य ! बाहेरच कोठेतरी... एकांतात... पहिल्या भेटीसाठी जयदेवने सागरतटाच्या आतलं निवडलेलं बेट त्याला आठवलं...

"मोहन ! आता लक्ष कुणीकडे आहे?" त्याचे हात हातात घेऊन शशी त्याला विचारत होती. तिचे टपोरे डोळे एकदम गंभीर झाले होते. त्याच्या मनातले लहानसहान विचारही ती अचूक ओळखू शकत होती तर! अशा आपुलकीच्या आक्रमणाविरुद्ध माणसाने बचाव तरी कसा करायचा? त्याला खरोखरच हसू आलं आणि तिचा चेहरा एका क्षणात उजळला.

'किती गंभीर झाला होतास तू आता, मोहन !' शशी म्हणाली.

"शशी, आज आपण बाहेर जाऊया का? जेवणही तिकडे घेऊ-"

"आज काही खास अपाइंटमेंट नाही ना?"

"नाही, मी मोकळा आहे."

"मग जाऊया की!"

बाहेर पडल्यावर 'कोठे जायचं?' अससुद्धा शशीनं विचारलं नाही. पोर्टमध्ये

लॉंच घेतली तेव्हा तिने मोहनकडे जरा निरखून पाहिलं एवढंच काय ते; मग त्या लहान मोकळ्या, कृत्रिम बेटावर पोचेपर्यंत ती काही बोलली नाही. विषयाला तोंड कसं फोडावं याचा मोहन मनातल्या मनात विचार करीत होता आणि सरळ विचारणंच त्याने शेवटी योग्य ठरवलं. वक्रमार्गाने तिची तपासणी घेणं म्हणजे तिच्या निःस्वार्थी तत्त्वनिष्ठेचा अपमान करणं झालं असतं.

दोघं कृत्रिम झाडाच्या सावलीत बसले व मोहन म्हणाला.

"शशी, मी तुला काही विचारणार आहे. माझी खात्री आहे, की तू त्या प्रश्नांची सरळ व खरी उत्तरं देशील. राग मानू नकोस. विचारू!"

करारकेन्द्राच्या खोलीच्या दारात शशीच्या चेहऱ्यावर जे काही जरा अनिश्चित भीतीचे भाव तरळून गेले होते, तेच आताही दिसले. त्याच्याकडे पाहत ती केवळ "हं" एवढचं म्हणाली :

"शशी, तू माझ्याशी कोणत्या हेतूने करार केलास? मला काही सांगण्याआधी हे लक्षात ठेव, की जयदेवने काही एका विषयावर येथेच माझ्याशी चर्चा केली होती. त्याने मला दोन नावं सांगितली होती. त्यांपैकी एक प्राध्यापक शिवदास यांचं होत. ते तुला गाईड करीत होते. मी येथे आल्यावर तू नोंदणी केली आहेस. माया माझ्याकडून जाताच मी परत नोंदणी केली आणि तू दीड हजार अर्जांतून माझा अर्ज निवडलास, का?"

त्याच्या शब्दाशब्दागणिक शशीचा चेहरा बदलत होता. शेवटी तर तिचा चेहरा अगदी गोरामोरा झाला होता. तिने आपला खालचा ओठ दातांनी आवळला होता. तिची ती व्याकूळ चर्या पाहून त्याच्या मनात दाटून आलं होतं. तिला दुखवायला त्याचं मन कचरत होतं. प्रेमाच्या पाशात तो सापडला होता. तोच तिचा हेतू असेल तर ती यशस्वी झाली होती. मोहन अगदी हलकेच म्हणाला,

"शशी, तू तुझ्या इच्छेविरुद्ध माझ्याकडे आलीस का? तुझ्यावर अशी सक्ती करण्यात आली का? तुमच्या या गटाचा असा काही आदेश आला का?"

ती प्रत्येक प्रश्नाला मूकपणे केवळ मान हलवत होती.

"हे शिवदास कोण आहेत? का तुला सांगायची मनाई आहे?"

शशीच्या डोळ्यात टचदिशी पाणी आलं. तिचे दोन्ही हात एकदम पुढे

आले. त्याचे हात हातात घ्यायची तिची नेहमीची सवय होती; पण ते हात अर्ध्यावरच थांबले व मग सावकाश खाली आले.

"नाही- नाही - मोहन तू समजतोस तसा प्रकार नाही-" ती शेवटी म्हणाली, 'माझ्यावर सक्ती झालेली नाही. माझ्यावर गुप्ततेचं बंधन नाही. मी तुझ्याकडे स्वेच्छेने आले आहे. शिवदास कोण आहेत माहीत आहे का? ते माझे वडील आहेत."

"तुझे वडील?" मोहन चकित होऊन म्हणाला, "पण -पण..."

"हो, ते माझे वडील आहेत. तेव्हा या सक्तीच्या कल्पना मनातून काढून टाक. तुला जयदेवने ज्या संदर्भात त्यांच नाव सांगितलं."

"जयदेवची आणि तुझी ओळख होती?"

"हो! असणारच. तो आपल्यापैकीच एक होता मोहन."

"म्हणजे काही अंशी तरी माझे तर्क बरोबर आहेत."

"हो, जयदेवने शिवदासांना - मीही त्यांना शिवदास म्हणते, का ते तुला मग सांगते - तुझं नाव सांगितलं. मोहन, शासन जसं संभाव्य हेर व बंडखोर शोधीत असतं, तसंच आम्हीही संभाव्य मदतनीस शोधीत असतो. कलकत्त्यालाच आम्ही तुझ्याशी संबंध स्थापन करणार होतो; पण तेथे ते जमलं नाही. तू इकडे आल्याची वर्दी जयदेवला व त्याच्याकडून आम्हांला कळली. माया तुझ्याकडे फार दिवस राहणार नाही असा आमचा अंदाज होता. ती इतके दिवस राहिली याचं आम्हाला आश्चर्य वाटलं; पण शेवटी ती गेली."

"हे अंदाज तुम्ही कशाच्या आधारावर बांधता? शेवटी प्रत्येकजण स्वतंत्र विचाराने आपलं आयुष्य घडवत असतो ना?'

"मोहन, आमच्यात श्रेष्ठ मानसशास्त्र, समाजशास्त्रज्ञ, गणिती आहेत हे विसरू नकोस. शासनाची सर्व कागदपत्रं आम्हांला उपलब्ध असतात. तुझा सायकोग्राफ आम्हाला कलकत्त्यात मिळाला होता."

"पण माझ्यात एवढं काय आहे, की तुम्ही माझ्यासाठी एवढी खटपट करावी? मला माझ्या संशोधनाशिवाय इतर कशातही स्वारस्य नाही," मोहन जरा चिडून बोलत होता. "या उपऱ्या गोष्टी माझ्या आयुष्यात घुसडून तुम्ही माझे मनःस्वास्थ्य पार बिघडून टाकलं आहे."

"मोहन, तुझ्या सर्व प्रश्नांची उत्तरं मला माहीत नाहीत- नाहीतर मी तुला सर्व काही सांगितलं असतं. तुझ्यापासून काही एक लपवून ठेवायची माझी इच्छा नाही." तिच्या प्रांजळपणाबद्दल त्याला कधीही शंका आली नव्हती. आमचे शास्त्रज्ञ म्हणतात, की एवढ्यातच तुझ्या हातून काहीतरी फार मोठा शोध लागला आहे किंवा लागणार आहे. त्यांनाही नक्की माहिती नसेल किंवा त्यांनी मला सांगितलं नसेल. आमचं तुझ्यावर लक्ष होतं. त्याहीपेक्षा शासनाचं तुझ्यावर जास्त लक्ष होतं; पण तुझ्याबद्दल त्यांची अजून खात्री झालेली नाही. तू सीमारेषेवर आहेस. एखादेवेळी त्यांना मिळशील; पण एखादेवेळी त्यांच्याविरुद्धही जाशील. दुसरी शक्यता ते कधीही सहन करणार नाहीत-"

तिच्या शब्दांतील गर्भितार्थ लक्षात यायला त्याला वेळ लागला नाही. त्याच्या विस्फारलेल्या डोळ्यांकडे पाहत तिने सावकाश होकारार्थी मान हलवली.

"तुझ्या सर्व हालचालींवर त्यांचं लक्ष असतं, मोहन. शिवदासांकडे ही सर्व माहिती येत होती. माया तुला सोडून गेल्यावर तिच्या जागी ते कोणीतरी स्वतःची हस्तक पाठविण्याची शक्यता होती."

"हा एक धागा झाला, मोहन, तू मुंबईस येताच तुझा फोटो आणि माहिती शिवदासांकडे आली होती. ती मी पाहिलीच होती. केन्द्रावर नाव नोंदवताना मला खरोखर अशी आशा होती, की एक स्त्री म्हणून तू माझी निवड करशील. तुझ्या रूपाने व कीर्तीने मला भुरळ पाडली आहे. मोहन, शिवदासांना जेव्हा हे कळलं, की तू माझा नंबर निवडला आहेस तेव्हा त्यांनी दहादा विचारून खात्री करून घेतली, की माझी खरोखर तुझ्याकडे यायची इच्छा आहे? मला जे जे पवित्र आहे त्याच्या साक्षीने मी तुला सांगते, की माझ्या मनात हाच एक हेतू होता. तू आम्हांला मिळावास अशी माझी इच्छा आहे. मी येथे आल्याने त्यांना त्यांच्यातली एखादी स्त्री येथे आणून ठेवता येणार नाही हे सर्व खरं आहे; पण तो सर्व योगायोगाचा भाग आहे. माझ्यावर खरंच विश्वास ठेव, मोहन."

"शशी, माझा तुझ्यावर पूर्ण विश्वास आहे." मोहन एकदम म्हणाला, "पण माझ्यावर जर दोन्ही पक्षांचं लक्ष आहे, तर माझा सहवास हा एक धोकाच नाही का? त्यात तू स्वतः होऊन का पडलीस?"

"धोका कोणाला नाही, मोहन?" शशीच्या डोळ्यातील शंका आणि भीती पार नाहीशी झाली होती. तिचे डोळे तेजस्वी झाले होते. निर्धारी दिसत होते. "मोहन, तू एका अलिप्त जगात वावरतोस. बाहेरच्या बदलाची तुला काय कल्पना आहे? एका अल्पसंख्येच्या गटाच्या हितासाठी सारी शासनयंत्रणा राबत आहे. व्यक्तीला आदर नाही. मान नाही. आयुष्यात स्थिरता नाही. प्रगतीची आशा नाही. ती संधीसुद्धा मिळत नाही. सर्व सामाजिक मूल्यं, नीति-नियम पायाखाली तुडवले जात आहेत. शासन लहरीवर अवलंबले, की न्यायाचा नाश झालाच!"

हेच एकदा मोहनने जयदेवकडून ऐकलं होतं. अगदी हेच शब्द ! त्याला ते सर्वच्या सर्व पटले अशातला भाग नव्हता; पण त्याचा मेंदू शास्त्रज्ञाचा होता. जी गोष्ट अज्ञात आहे ती अज्ञात मानायला त्याला काही कमीपणा वाटत नव्हता. सामाजिक स्थितीचं आपल्याला ज्ञान नाही हे त्याने मनोमन मान्य केलं. त्याच्या मनात कोणताही अतिरेकी पूर्वग्रह नव्हता. त्याच्या चेहऱ्याकडे शशी निरखून पाहत होती.

"मोहन, शिवदास स्वतःयातून गेले आहेत. आजचे त्यांचे नाव, चेहरा, सर्व काही कृत्रिम आहे, उसनं आहे. ते खरोखर कसे दिसतात हे मलाही माहीत नाही; याच रूपात, याच नावाने वावरत राहतील याचीही खात्री देता येत नाही. ते स्वतःयातून गेले आहेत."

"तुला स्वतःला काही...?" मोहनने प्रश्न अर्धवटच ठेवला.

"अनुभव नाही; पण यायला वेळ लागणार नाही. मोहन, तुला खरोखर कल्पना नाही. तुला माहीत आहे का, की स्त्रीचे सौंदर्य, शरीर हे तिला स्वतःचं म्हणण्यास चोरी झाली आहे? तुला माहिती आहे का, की रोज ग्रामीण विभागातून किती तरी तरुण मुली, स्त्रिया, शहरात आणल्या जातात. काही मक्तेदारांच्या वासनापूर्तीसाठी त्यांचा बळी दिला जातो? तुला माहीत आहे का, की या अन्यायाची दाद मागणाऱ्यांना ठार करण्यात येतं?"

शशी गप्प बसली; तिच्याच्याने पुढे बोलवतच नव्हतं.

"शशी, हे सारं तू कोठे ऐकलंस?"

"कान उघडे ठेवले तर सर्व काही ऐकू येतं, मोहन," ती विलक्षण त्वेषाने

म्हणाली. हे भावनेला आव्हान आहे, मोहनला वाटलं. शशीबद्दल त्याला आपुलकी होती, जिव्हाळा होता, प्रेमही वाटत असेल; पण त्यापलीकडे जायला त्याचं मन तयार नव्हतं. 'पाहा, अनुभव घे व मग विश्वास ठेव,' त्याच्या मनाला ही शास्त्रीय विचारांची शिकवण होती; विचारांची ही बैठक होती.

'हे सारं ऐकीव नाही का? शशी, मी तुला खोटं ठरवत नाही; पण...'

"मोहन," शशी एकदम सद्गदित होऊन म्हणाली, "प्रत्येकाने आपला विश्वास आपल्या अनुभवापुरताच मर्यादित ठेवला तर समाज, परंपरा, प्रगती या शब्दांना काही अर्थ उरतो का? मागच्या पिढीच्या, आसपासच्या लोकांच्या, इतरांच्या अनुभवावरूनच मानव परिस्थितीचा अर्थ समजावून घेतो. त्याला यशस्वी प्रतिक्रिया दाखवतो. मनुष्य एकटा एकटा राहील तर तो रानटी अवस्थेत जाईल. सुसंस्कृत मानव राहणार नाही!"

हिची पदवी तौलनिक समाजशास्त्रातली आहे. मोहन मनाशी म्हणाला, मी तिच्यापुढे किती टिकणार? पण तिला विरोध करण्याची त्याची इच्छाही नव्हती. तिच्या कृतीबद्दलचा मनातला संदेह पार फिटला होता व तो समाधानी होता. आता फक्त एकच जिज्ञासा होती.

"शशी, या, या शिवदासांना मला भेटायला काही हरकत आहे का?"

तिचा चेहरा पुन्हा एकदा झाकोळला, "मोहन, तुझ्यावर व त्यांच्यावर, दोघांवर इतरांचं लक्ष आहे. तुमची भेट म्हणजे संशयाला आमंत्रणच आहे. तरीही मी त्यांना विचारून पाहीन, मी तर त्यांना अगदी उघडपणे भेटू शकते. मग तुला काय ते सांगीन."

९

मोहन व शशी संध्याकाळी बरेच उशिरा परत आली, तो विषय त्यांनी घरातल्या चर्चेत जणू काही एखाद्या अलिखित कराराने टाळला, दुसऱ्या संध्याकाळी मोहन परत येताच शशी म्हणाली,

"मोहन आजच्या रात्रीच्या शोची दोन तिकिटे काढली आहेत. तुला शिवदासांना भेटायच होतं ना?" मोहन काहीच बोलला नाही. तिने ही भेट कशी काय ठरवली हेही त्याने शशीला विचारलं नाही. रात्री नऊच्या सुमारास ते दोघं चित्रमंदिरात पोहोचले. त्यांनी स्टॉलमधल्या आपल्या जागा घेतल्या आणि अंधार होताच शशी निघून गेली.

पाचएक मिनिटांत त्याच्याशेजारी कोणीतरी येऊन बसलं. उभट चेहरा, त्यात उठावदार नाक, मध्येच चमकून उठणाऱ्या चष्म्याच्या कांचा.

"मोहन, पंकज," एक बारीक, गंभीर आवाज आला.

"शिवदास?" मोहनने तितक्याच गंभीर आवाजात विचारले.

"हो, पंधरा एक मिनिटांनी आपण वर कॅफेमध्ये जाऊ."

कॅफेमध्ये जाता जाता मोहनला वाटत होतं, हा क्लोक अँड डॅगरचा प्रकार अतिशयोक्तीचा आहे. एकतर या लोकांचा भयंकर गैरसमज झाला असला पाहिजे किंवा ते सर्वजण मिळून त्याला बनवायचा प्रयत्न करीत आहेत. कॅफेतल्या बूथमध्ये त्याला शिवदासांचा चेहरा प्रथमच स्पष्ट असा दिसला. शशीचे शब्द त्याच्या लक्षात होते. समोरच्या चेहऱ्यातले खरे अवयव कोणते, खोटे कोणते, बदललेले कोणते, हे कळायला मार्गच नव्हता; पण त्यांनी डोळ्यांवरचा किंचित निळसर काचांचा चष्मा काढून ठेवला आणि मोहनला त्यांचे डोळे दिसले, गंभीर, विचारी; पण तितकेच चाणाक्ष.

"शिवदास..." मोहन बोलू लागला; पण त्यांनी त्याला थांबवलं.

"शक्यतोवर नावाचा उच्चार टाळ," ते म्हणाले. मोहनच्या मनातली साखळी एकदम तुटली व तो त्रासल्यासारखा झाला.

"आपण एखाद्या मोकळ्या जागी गेलो तर?"

"काही जरुरी नाही, तात्त्विक चर्चेला काही हरकत नाही."

"मला काल काही काही गोष्टी समजल्या."

"आणि त्यावर तुझा विश्वास बसला नाही, होय ना?" शिवदास हसत म्हणाले, "मी तुला त्याबद्दल दोष देणार नाही. माणसाची विकृती त्याला कोठपर्यंत ओढत नेईल याचं काही सांगता येत नाही. तुझं नशीब समज, की तुला स्वतःला काहीही त्रास झालेला नाही. कदाचित अजून तुझा त्यांना उपयोग करून घ्यायचा असेल,"

आणि...! जयदेवचे शब्द मोहनला आता प्रकर्षाने आठवले आणि त्याबरोबरच त्याच्या मनाला टोचणारा तो प्रश्न...

"माझ्यासाठी दोघांचा एवढा अट्टहास का?"

शिवदास कितीतरी वेळ त्याच्याकडे निरखून पाहत होते. शेवटी ते म्हणाले, "तुला खरोखरच माहीत नाहीसं दिसतं. मग मी तुला एकच सूचना देतो. ती जरा मोघम आहे; पण त्यापलीकडे मी जाऊ शकत नाही. गेल्या काही दिवसांत तुझ्या हातून एक फार महत्वाचा शोध लागला आहे किंवा नजीकच्या काही दिवसांत तसा लागण्याचा संभव आहे. शक्यता वर्तवणारी यंत्रे त्यांच्याकडे आहेत, तशी आपल्याकडेही आहेत. त्यांनाही एवढीच माहिती आहे. मी तुला एवढंच सांगू शकतो."

"या अर्धवट माहितीचा माझ्या कामावर परिणाम नाही का होणार?"

"कदाचित तुला योग्य ती दिशाही सापडेल," ते हसत होते.

"असं अर्धवट, कोड्याच्या भाषेत का बोलता?"

"तू विचारलंस त्या प्रश्नाचं तेवढं उत्तर दिलं."

ते थट्टा करीत नव्हते हे उघडच होतं. मोहनच्या मनातून त्यांना आणखी प्रश्न विचारायचे होते. त्यांची ही प्रतिसंघटना, त्यांची ध्येयं, त्यांची सामग्री... पण जर त्याला त्यांच्यात सामील व्हायचं नव्हतं तर मग त्याच्या जिज्ञासेपायी त्यांची गुपित विचारण्याचा त्याला काय अधिकार होता?

ते उठले आणि परत चित्रमंदिरात आले. मध्यंतराच्या सुमारास शिवदास उठून गेले व शशी मोहनच्या शेजारी येऊन बसली.

शिवदासांची ही भेट मोहनला अनेक दृष्टींनी असमाधानकारक अशी

वाटली. त्याच्या कोणत्याही प्रश्नाचं उत्तर मिळालं नव्हतं. त्याच्या मनातल्या शंका तशाच होत्या आणि शिवाय शिवदासांनी एक नवीनच धोंड त्याच्या गळ्यात बांधली होती. आपलं गेल्या काही दिवसांतलं संशोधन पुन्हा पुन्हा पाहायची त्याला आता इच्छा होणारच, त्यात काही नवीन अर्थ आहे का याचा सारखा विचार येणारच; शिवाय यापुढे तो जे जे प्रश्न हाताळील त्या त्या वेळी मनावर हा व्यावहारिक उपयुक्ततेच्या विचाराचा ताण राहीलच. संशोधकासाठी जी एक शास्त्रीय, निर्विकार, अव्यक्तिगत अशी मनोभूमिका आवश्यक असते, ती लाभणं दुर्मीळ होणार होतं.

प्रयोगशाळेतील त्याच्या स्वतःच्या कामावर व इतरांशी वागण्यावर या सतत विचाराचा परिणाम झाल्याखेरीज राहिला नाही. दर तीन-चार दिवसांनी डॉ. सिंग त्याच्या खोलीत येत असत. शास्त्रातील त्यांची अनभिज्ञता पाहून, आधीपासूनच मोहनला त्यांच्याबद्दल एक प्रकारची तुच्छता वाटायला लागली होती. जयदेव, शशी आणि शिवदास या तिघांनाही त्याच्या मनात एक मानाचं, आपुलकीचं असं स्थान होतं. मन कितीही समतोल, निर्विकार ठेवायचं म्हटलं तरी तिघांच्या सांगण्याचा व ठाम मतांचा काहीतरी परिणाम झालाच. डॉ. सिंगबद्दल मोहनचं मन थोडंतरी पूर्वग्रहदूषित झालंच. तोल डॉ. सिंगविरुद्ध गेला. तुच्छतेला आता तिरस्काराची छटा आली.

डॉ. सिंगशी बोलताना यातला काहीतरी अंश बाहेर दिसला असला पाहिजे. मनातल्या विचारांच्या गलबल्यात मोहन एक साधी गोष्ट पार विसरला. प्रतिस्पर्धी आपल्याहून एखाद्या शास्त्रात जरा मागे आहे; पण म्हणून इतर सर्वच क्षेत्रांत तसा आहे असा समज करून घेणं धोक्याचं असतं. डॉ. सिंग सायकॉलॉजीचे डॉक्टर होते. त्यांच्या बोलण्यातील काही भाग, त्यांचे काही प्रश्न आपल्याला खुपतात हे मोहनला कळले. डॉ. सिंगनी ते मुद्दाम केलं असेल ही शक्यता तो विसरला. स्वतःच्या प्रतिक्रियांवर आवर घालायची प्राथमिक दक्षताही त्याने घेतली नाही. डॉ. सिंगच्या किंचित बारीक झालेल्या डोळ्यांवरून मोहनने धोक्याची सूचना घ्यायला हवी होती. त्याच्या बाजूने एवढंच म्हणता येईल - तो त्याचा विषय नव्हता. माणसांच्या वर्तनाचा, हेतूचा, विसंगत गोष्टींचा त्याने कधी अभ्यासच केला नव्हता.

आणि सकृत्दर्शनी विसंगत वाटणाऱ्या गोष्टी तर एकामागून एक घडत

होत्या. जयदेवचा मृत्यू, शशीचं त्याच्या आयुष्यात आगमन आणि मायाची भेट... अनक्षेपित आणि असमर्थनीय...

मोहन संध्याकाळी परत आला आणि शशी म्हणाली,

"मोहन, एवढ्यातच एक फोन आला होता; माया म्हणून कोणी होती."

"माया?" त्याच्या चेहऱ्यावर तिरस्काराच्या आठ्या उमटल्या.

"हो, ती तासाभरात इथे येणार आहे."

"इथे? गुड गॉड! आता तिचं इथं काय काम आहे?"

"मोहन-ती-ती इथे-" शशी अर्धवट बोलून थांबली. मोहनला 'त्या' आठवणी येत होत्या आणि विलक्षण संताप येत होता.

"तुला सांगितलं नाही मी अजून, नाही का?" तो म्हणाला आणि त्याने मायाचा सर्व इतिहास एका दमात सांगून टाकला. शेवटचा प्रसंग सांगताना त्याची नजर शशीवर नव्हती. रागाने आणि शरमेने त्याची मान व गळा लाल झाला होता. तिच्या डोळ्यातील सहानुभूतीची भावना त्याला दिसलीच नाही. शेवटी जरा थांबून तो म्हणाला,

"आता ती कशाकरिता येतीय मला समजत नाही!'

शशी काहीच बोलली नाही आणि तेच सर्वांत उत्तम होतं.

माया अर्ध्या तासाने आली. तोवर मोहनला काही चैन पडत नव्हतं. तो एका जागी स्वस्थ बसू शकत नव्हता. घरभर त्याच्या येरझारा चालू होत्या. स्वतःच्या अस्वस्थतेचं त्याला कारण कळत नव्हतं. नवलच वाटत होतं.

माया आली, दारातच उभी राहिली. शशी समोरच होती. दोघींच्या नजरा एकमेकींवर खिळल्या होत्या. शशी मायासमोर उभी राहू शकेल की नाही याची मोहनला शंका वाटली होती. मनातल्या मनात त्या दोघींच्यात एक फरक कल्पिला होता. माया-अनुभवी, बारा गावचे पाणी प्यालेली, जगाचे बरे-वाईट अनुभव पचवलेली, स्वयंपूर्ण, स्वयंसिद्ध, जराशी हिंस्र आणि शशी सुशिक्षित, सुसंस्कृत, विनयशील, प्रांजळ, प्रेमळ, कोमल; पण त्याला काळजी करण्याची जरुरी नव्हती.

"ये ना माया!" ती म्हणाली, 'तुझं काय काम होतं मोहनशी?" मायाच्या गालावर एक अस्पष्टशी लाली चढली, ती मोहनकडे वळली; पण हालचालीतला डौल आता गेला होता. आवरणाला तडा गेला होता.

"मोहन, मी येथून गेले तेव्हा माझं एक कर्णफूल इथे राहिलं का?"

"कर्णफूल?" मोहन काहीच न समजून म्हणाला,

"मोहन," शशी त्याच थंड आवाजात म्हणाली, "अरे, हल्ली ते एक नवीन यंत्र नाही का निघालं? कानात बसवायचा ध्वनिक्षेपक?"

एका वाक्यात किती उपेक्षा, किती तिरस्कार व्यक्त करावा?

"ओहो! आता आठवलं!" मोहन हसत म्हणाला, "मी काही पाहिलेलं आठवत नाही. माया तू पाहा ना घरात हवं तर..."

मायाच्या चेहऱ्यावर क्षणभर अनिश्चितता दिसली. मोहनला वाटलं - ती काहीतरी बोलणारच आहे; पण मग तिने एकदम काहीतरी निर्णय घेतला. तिचे डोळे एकदम कठीण झाले, खांदे उडवीत ती उठून उभी राहिली. मोहनकडे निरखून पाहत ती म्हणाली, "असू दे, मोहन, माझ्याच हातून ते कुठे तरी पडलं असेल. मी जाते."

"अगं!" मोहन म्हणाला, "एखादं ड्रिंक तरी घेशील?"

"नको," माया गर्रकन दाराकडे वळली. "मी जाते, तुम्हाला डिस्टर्ब केल्याबद्दल मला माफ करा." बोलता बोलता ती खोलीबाहेर पडलीसुद्धा.

मोहन व शशी एकमेकांकडे पाहतच राहिले; पण शशीचे डोळे एकदम गंभीर व विचारमग्न झाले होते. "मला हा प्रकार आवडला नाही," ती शेवटी म्हणाली, "ती कशासाठी आली होती?"

"बायकांची जात! तिच्यापासून अडतं का पाहायला आली असेल!"

"नाही, मोहन, ती असली साधीसुधी स्त्री वाटत नाही," शशी कपाळाला आठ्या घालून बोलत होती व तिची नजर घरभर सारखी भिरभिरत होती.

१०

या उलघालीनंतर पुढचे काही दिवस मोहनला अगदी शांततेचे गेले. आयुष्यावरून एक वावटळ काही क्षण आपल्या उत्पाती स्वरूपात घोंघावत गेली होती व मग सर्व काही पूर्ववत, स्थिरावल्यासारखं वाटलं. काही वेळा शशी गंभीर झाल्यासारखी वाटायची; पण तो तिच्या स्वभावाचाच एक पैलू होता. शशी त्याच्याकडे येऊन तीन महिने झाले होते. त्याने एकदोनदा विवाहाचा प्रश्नही काढला होता. शशीच्या डोळयात एकदम आनंद चमकला होता; तिचा होकार तो अगदी गृहीत धरून चालला होता. आजवरचं त्याचं आयुष्य स्वार्थी नव्हतं, तरी स्वनिष्ठ होतं. आता त्यात एक भागीदार आला होता. प्रेमाचं व्यस्त गणित काम करायला लागलं होतं. दिल्याने शतगुणित होणारी एक अवर्णनीय भावना, प्रेम... शशी - प्रिय शशी!

शुक्रवारी संध्याकाळी तो घरी आला. दार बंद होतं. त्यालाच दार काचेवर अंगठा ठेवून उघडावं लागलं. घरात शशी नव्हती. त्याच्या परत यायच्या वेळी ती हमखास घरी असायची. ती कोठे गेली असावी? त्याने मनात क्षणभर नवल केलं व तो आपल्या उद्योगाला लागला; पण त्याला चुकल्या चुकल्यासारखं होत होतं. त्याचं स्नान झालं, कपडे बदलून झाले, पण शशीचा पत्ता नव्हता. तिने काही चिठ्ठी, निरोप ठेवला आहे का हे पाहण्यासाठी त्याने सर्व घर धुंडाळलं; पण कोठे काही नव्हतं, शेवटी त्रासिकपणे तो एका खुर्चीत बसला.

दोनदा उठून त्याने टेलिव्हिजन लावला; पण पाच एक मिनिटांतचं बंद केला. टेबलावरची पुस्तकं हातात घेतली; पण शेवटी त्राग्यानं परत टेबलावर टाकली. टक्... टक् ... टक् घड्याळाचा आवाज येत होता आणि त्याचं सारं लक्ष त्या आवाजाकडं होतं. वेळ चालला होता. त्याला येऊन अर्धा तास व्हायला आला होता. अजून शशीचा पत्ता नव्हता. गेली होती तरी कुठे?

सुरुवातीस त्याला स्वतःचंच आश्चर्य वाटलं. कोठेतरी कार्यक्रमाला गेली असेल! तिला इतकंही स्वातंत्र्य नाही का? तिच्यावाचून तासभरसुद्धा चैन

पडेनासं झालं की काय? स्वतःला तो हे व असले अनेक प्रश्न विचारीत होता. काही वेळ शरीरावर जबरदस्ती करून तो खुर्चीत बसून राहिला...

पण आल्याला एक तास झाला तशी अस्वस्थता परत आली. या वेळी आवेगाने आली. मनात नाना शंकाकुशंका यायला लागल्या. त्यानं तिचे कपड्याचं कपाट उघडून पाहिलं; पण तिच्या कपड्यांची त्याला काहीच माहिती नव्हती. दारामागचे शूरॅक पाहिले. तिचा लाल सँडलचा एक जोड दिसत नव्हता.

शशी! शशी! त्याच्या मनाला दुसरा विचारच सुचेना.

घड्याळाचा टोल पडला. दीड तास ! काही वेळ मोहन घड्याळाकडेच सुन्न नजरेनं पाहत राहिला. मग मनात विचारांचा एकच कल्लोळ माजला. तिला काही अपघात वगैरे नाही ना झाला? पण तसं काही असतं तर पोलिसांनी नक्कीच कळवलं असतं...

शिवदास! एकाएकी त्याला त्यांची आठवण झाली. मनात एकदम आशा जन्माला आली. शशी एखादे वेळी त्यांना भेटायला गेली असेल. अशा वेळी ती काहीच चिठ्ठी वगैरे ठेवणार नाही. शिवदासना फोन करावा का? क्षणभर तो अडखळला व मग त्याने निर्णय घेतला. ही वेळ थांबायची नव्हती. त्याच्या मनाला त्याशिवाय एक क्षणाचीही शांती मिळणार नव्हती. पुस्तकातून त्याने शिवदासांच्या बंगल्याचा नंबर काढला व बटणं दाबली. एक दोन सेकंदांतच शिवदासांचा चेहरा काचेच्या चौकोनावर आला. समोर मोहन दिसताच त्यांची नजर एकदम सावध झाली. मोहनला दमच निघत नव्हता.

"शिवदास, शशी तुमच्याकडे आली आहे का?" त्याच्या आवाजातला कंप व अधीरपणा त्याला लपवता येत नव्हता. त्याचा प्रश्न ऐकताच त्यांचे डोळे एकदम विस्फारले. त्यांनी नकारार्थी मान हलवली. त्या एका क्षणात मोहनचं काळीज भीतीनं गारठून गेलं. आपल्याला भोवळ येणार असं वाटून, त्याने भिंतीचा आधार घेतला व डोळे मिटले.

"ती केव्हापासून गेली आहे मोहन?" ते म्हणाले,

स्वतःची मान हलवून मोहनला लक्ष एकाग्र करावं लागलं. त्याचा आवाज आता घोगरा झाला होता. "मला-मला माहीत नाही. मी घरी आलो तेव्हा ती नव्हती," तो कसेबसे म्हणाला, शिवदासांचा चेहरा एकदम पडला होता. ते हाताने खाली काही तरी करत होते.

"तिने काही निरोप वगैरे नाही का ठेवला?" ते म्हणाले,

“नाही,” शिवदासांचा उद्योग चाललाच होता आणि मग एक कागद त्यांनी मोहनसमोर धरला, त्यावर जाड अक्षरांत लिहिलं होतं,

“आता काही बोलू नकोस, मी तपास करतो व तुला कळवितो. घरी राहा.”

त्याने मूकपणे मान हलवताच त्यांनी फोन बंद केला.

समोरच्या काचेच्या चौकोनाकडे मोहन कितीतरी वेळ वेड्यासारखा पाहत राहिला होता व मग त्याने बटण बंद केलं व तो खोलीत वळला. सारं घर त्याला एकदम खायला उठल्यासारखं त्याच्याभोवती उसळलं. प्रत्यक्ष पुरावा असा काही नव्हता; तरी शशीला काहीतरी झालं आहे असं त्याला वाटायला लागलं होतं. ती कोठे असेल? एकेक विचार त्याच्या काळजाला तीक्ष्ण शस्त्रासारखा छेद पाडीत होता. क्षण चालले होते. प्रत्येक सेकंदाची जिवघेणी आठवण करून देत होते. टक् टक्... टक् टक्...

साडेआठपर्यंत त्याने कसा तरी दम काढला व मग पोलिसांना फोन केला. बोलायच्या आधी त्याला घसा एकदोनदा साफ करावा लागला. ठाण्यावरच्या अधिकाऱ्याची प्रतिक्रिया इतकी थंड होती, की मोहन संतापाने लाल झाला. मोहनच्या रागाचाही त्याच्यावर काही परिणाम झाला नाही.

“हं, ही शशी माथूर, केव्हा घरातून गेली?”

“मला नक्की वेळ माहीत नाही. सहा वाजल्यापासून मी येथे आहे.”

“फक्त तीनच तास होत आहेत ना? मग जरा थांबता का नाही?”

“मला तुमचा सल्ला नको, कम्प्लेंट घेता की नाही सांगा.”

“घ्यायला काय हरकत आहे? सांगा नाव.”

“शशिकला माथूर,”

“माथूर? पण तुमचं नाव संत आहे ना? म्हणजे ही-ही-”

“ती माझी विवाहित पत्नी नाही. आमचा करार झालेला आहे.”

“करार होय? असं” त्याच्या नजरेत जरासा मिष्किलपणा आला.

“तिचा एखादा फोटो दाखवा ना.” मोहनने काचेसमोर फोटो धरला. तिकडून त्यांनी फोटोची प्रतिकृती करून घेतली. शशीचा फोटो पाहताच मोहनच्या मनात परत कालवाकालव व्हायला लागली होती. तिचा फोटो पाहताच समोरच्या ऑफिसरचेही डोळे विस्फारले होते. मोहनच्या व्यथित जिवाला ही आणखी एक डागणी.

"ठीक आहे. एवढ्यात काही भांडण, मतभेद वगैरे झालं होतं का?"

"नाही."

"तिचा स्वभाव रागीट, अट्टहासी, अविचारी होता का?"

"नाही." त्याच्या प्रश्नांची दिशा मोहनला समजली होती. आत्महत्या! शशी-विचारी, संयमी, प्रेमळ शशी! ते हा विचारच कसा करू शकतात?

"हा तुमचा पहिलाच करार होता?"

मग मात्र मोहन उसळला; रागाने बेभान झाला.

"गॉड डॅमिट! तुम्हाला या चांभारचौकशा काय करायच्या आहेत? मी तुम्हाला नाव सांगितलं आहे. करार झाला की नाही याची केन्द्रात तपासणी करून घ्या आणि तपासाला लागा! इथे एक एक महत्त्वाचा क्षण फुकट चालला आहे आणि तुमच्या या फालतू चौकशा चालल्या आहेत!"

ऑफिसर पुरता निर्लज्ज व कोडगा होता. तो हसत म्हणाला,

"आम्ही पुरती चौकशी करतो संत, इतके अधीर होऊ नका,"

"मी याच नंबरावर आहे. काही कळलं तर मला ताबडतोब कळवा,"

जवळजवळ ओरडूनच मोहनने सांगितलं व फोन बंद केला.

रात्र पसरली. अंधाराचा प्रत्येक क्षण विषारी होता. दाहक होता. मोहन घरातल्या घरात पिसाटासारखा फिरत होता. कोठेही एकदोन मिनिटांशिवाय त्याला बसवत नव्हतं. सारखं वाटत होतं. काहीतरी करावं; पण तो काय करू शकत होता? पोलिसांत तक्रार दिली होती. ते आता चौकशी करतीलच! शिवाय शिवदासही म्हणाले होते, मी चौकशी करतो. त्यांच्याही गुप्त संघटनेचं जाळं शहरभर पसरलेलं असणारच. तो काय करू शकणार होता? हालचालीची आसक्ती मनावरचा ताण कमी व्हावा म्हणून होती. त्याने काय केलं असतं? पाय तुटेपर्यंत रस्त्यावरून वणवण भटकत राहिला असता. प्रत्येक चेहऱ्याकडे आशाळभुतासारखा पाहत...

पण या घरात एकट्याने राहण्यापेक्षा तेही परवडलं असतं. सारं घरच शशीच्या स्मृतींनी भारलेलं होतं. प्रत्येक वस्तूशी तिची आठवण निगडित होती. डोळे मिटून घेतले, तरीही अनेक प्रसंग मनात गर्दी करीत होते. मध्येच एकदा हे सारं असह्य होऊन, मोहन मोठ्याने ओरडायच्या बेतात आला होता; पण तोंडात रुमाल कोंबून त्याने स्वतःला सावरलं; पण मनातला डोंब शांत होत नव्हता.

हातांना रक्त येईपर्यंत त्याने हात दाराखिडक्यांवर, फर्निचर, भिंतीवर आपटले...

शशी कोठे होती? तिला काय झालं होतं?

पुढचा विचार मनात येताच काळीज थिजून जात होतं...

त्याला इथेच राहावं लागणार होतं कोणत्याही क्षणी निरोप येईल...

रात्र बिनझोपेची गेली. उलटणारा प्रत्येक तास अंतःकरणाला पीळ पाडत होता; पण रात्रभर कोणाकडूनच काही समजलं नाही. पहाटे मोहनची अवस्था खरोखरच वेड्यासारखी झाली होती; चेहरा ओढला गेला होता. डोळे तारवटले होते. केस विस्कटले होते. नजर कावरीबावरी झाली होती. रात्री शिवदासांना किंवा पोलिसांना फोन करायची कितीदा तरी अनावर इच्छा झाली होती. दातओठ खाऊन त्याने स्वतःला आवरलं होतं. आता तो फोन करू शकत होता. शिष्टाचाराच्या सर्व मर्यादा पाळून.

शिवदासांचा चेहरा काळजीने ओढलेला होता. त्यांनाही रात्रभर झोप आली नसावीशी वाटत होते. त्यांनी नकारार्थी मान हलवली व एक कागद त्याच्यासमोर धरला. "आमची माणसं शोध करीत आहेत. काहीतरी बरेवाईट झालं असावं अशी मला भीती वाटते. स्वतःला सावर." मोहन काही बोलूच शकला नाही. काय बोलणार?

पोलिसांना फोन केला; तेथेही हेच; काही तपास लागत नाही.

मोहन एकदम हताश झाला. मदतीसाठी कोणाकडे वळावं हेच त्याला सुचेना. शनिवार-रविवार दोन दिवस प्रयोगशाळा बंद होती. शिवाय डॉ.सिंगचा काहीच उपयोग होण्यासारखा नव्हता.

दर पाचसात मिनिटांनी शशीची आवेगाने आठवण येत होती आणि भीतीने त्याच्या पोटात गोळा उभा राहत होता. त्यात स्वतःची असहायता तर विलक्षण सलत होती. शशी कोणत्यातरी संकटात असेल, मदतीची अपेक्षा करीत असेल-आणि तो काहीही करू शकत नव्हाता! काहीही नाही!

तासामागून तास उलटले, त्याच्या मनाला एक प्रकारचा बधिरपणा, सुन्नपणा आला होता. शरीर दगडासारखं झालं होतं. काळजाचा गारठलेला गोळा आत कोठेतरी दडी मारून बसला होता. डोळयांची आग होत होती. घशाला कोरड पडली होती. थरथरणारे हात निरर्थक हालचाली करत होते.

दुपारचे चार वाजले. घरात बसणं असह्य झालं. आणखी एक मिनिट घरात राहिलो तर वेड लागणार अशी त्याची खात्री झाली. कपडे जरा नीटनेटके करून तो बाहेर पडला. शेजारच्या चौकीवर गेला. तेथून पोलिसांच्या मुख्य कचेरीत फोन केला; पण शशीचा काहीच पत्ता लागला नव्हता. दीड कोटी लोकांच्या मुंबईनं तिला जणू गिळून टाकलं होतं....

चौकीतून मोहन बाहेर पडला. सर्वच दिशा त्याला सारख्या होत्या. पाय जिकडे नेतील तिकडे त्याचं शरीर फरपटत गेलं. सर्वच दिशा अर्थशून्य...किती वेळ भटकला, किती मैल पालथे घातले-कशाचीच मोजदाद नव्हती. मैलोन् मैल पसरलेले प्रकाशित रस्ते, लाखो माणसांची वर्दळ... पुढे, पुढे....

दिवस मावळला. प्रकाश धूसर झाला. रात्रीचं राज्य पसरलं. माणसांची वर्दळ जरा कमी झाली. थकलेलं शरीर तक्रार करू लागलं. मोहन परतला. काही तरी निरोप असेल.. अर्धमेली आशा क्षीण सूचना करीत होती...

दिवसभर पोटात अन्न नव्हतं. पाण्याचा थेंब गेला नव्हता. शेवटची पावलं त्याने कठड्याच्या, भिंतीच्या आधाराने टाकली... त्या ओसाड घरात. शशीशिवाय निरर्थक झालेल्या अवकाशात पाय टाकायला मन कचरत होतं. एकदा प्रेमाने भरलेला तो अवकाश आता वेदनांनी व्यापला होता; पण वेडी आशा त्याला तिकडे ओढत होती, इंचाइंचाने...

दाराच्या आतच त्याचा पाय कशाला तरी अडखळला; त्याच्या बेभान अशा अवस्थेत त्याचा तोल लागलीच गेला व तो अंधारातच खाली कोसळला. अंधारातच कण्हण्याचा एक अस्पष्ट आवाज त्याच्या कानावर आला. हाताला काहीतरी गार व मऊसर असं लागलं. त्या आवाजाने त्याला विजेचा धक्का बसल्यागत झालं होतं. आवाज? शशीचा आवाज? शशी...?

अंधारात धडपडत त्याने हातांनी चाचपून पाहिलं केस.. चेहरा.. पुन्हा एकदा कण्हण्याचा आवाज... धडपडत तो दिव्याच्या बटणाकडे गेला. प्रकाशात मागे फिरेपर्यंत त्याला घाम फुटला होता.

दाराच्या आतच शशी पडली होती. अस्ताव्यस्त अवस्थेत. क्षणभर तो होता तसाच उभा राहिला. आश्चर्याने, अविश्वासाने गलितगात्र होऊन आणि मग आवेगाने शशीजवळ आला. तिचे डोळे मिटलेले होते. चेहरा घामेजला होता. गळयाजवळची एक शीर थडथड उडत होती.

"शशीऽ" मोहनने हलकेच, अगदीच हलकेच, हाक मारली. तिचे डोळे उघडले, किती सावकाश, किती प्रयासाने! डोळ्यात आर्तता होती. वेदना होती, व्याकुळता होती. शोक होता, निराशा होती. ती असह्य नजर...

तिच्या खांद्याला स्पर्श करताच परत शशी विव्हळली. मोहनला काय प्रकार आहे ते कळेनाच. शशीचे ओठ हलत होते. त्याने कान जवळ नेला.

"मो-ह-न-..मो-ह-न" एकेक शब्द प्रयासाने येत होता.

काय करावं, काय बोलावं, त्याला सुचेनाच. आतल्या आत जीव गोळा झाला होता. कासावीस झाला होता. तिच्या गालावरून त्याने अलगद हात फिरवला. "शशी, कॉटवर ठेवू का?" त्याने हलकेच विचारलं.

"मो-ह-न" ती तेच शब्द पुन्हा पुन्हा उच्चारत होती.

मन घट्ट करून त्याने तिच्या मानेभोवती व कमेरखाली हात घातला व तिला उचलली, शक्य तेवढं हळुवारपणे; पण ती जवळजवळ किंचाळलीच, "आई गं!" काळजाला घरे पाडणारे शब्द!

कॉटवर ठेवीपर्यंत ती घामाघूम झाली होती. डोळे आता सताड उघडलेले होते. तिला बाहेरचं अर्धवटच दिसत असावंसं वाटत होतं. नजर या तीरापलीकडे कशावर तरी खिळली असावीशी वाटत होती. ती काहीतरी बोलत होती. शब्द अस्पष्ट, अडखळत येत होते. बाकी सर्व विसरून, मोहन तिच्या तोंडापाशी कान नेऊन ते शब्द ऐकत राहिला.

"मोहन... मोहन... त्यांनी मला फसवून नेलं.. फसवून नेलं.. तळघरात कोठेतरी.. आठजण होते. ...आठजण. एक बुटका होता. तो.. तो.. त्यांचा मुख्य होता.. मोहन.. मोहन.. मायाही होती. आठजण होते रे.. त्यांनी.. त्यांनी..." पुढे न बोलवून शशी थांबली. तिच्या शब्दांबरोबर मोहनचा श्वासही थांबला होता.. आता विचार नाही! आता विचार नाही! विचार मग ! अर्थ मग!

"मोहन.. तुला सांगायला जीव ओढून धरला होता.. त्यांना सर्व काही कळलं आहे... माझ्याच्याने गप्प बसवलं नाही.. त्यांनी हाल केले... हाल केले... आठजण. मी जाते. मोहन.."

तिचा आवाज क्षीण झाला होता. डोळ्यांतली ओळख आणखीनच मंदावली होती. वेदनांची वर्तुळं आता काठांना पोचली होती.

"शशी," मोहन ओरडलाच, "शशी ! थांब ! थांब !"

तिने डोळे उघडले. या शेवटच्या क्षणी तिने दुःखावर, वेदनेवर, वियोगावर मात केली होती. नजर निवळली होती. एवढंच नाही. उजळली होती. नजरेच्या गर्भात एक तेज होतं. शरीराचे बांध तुटले होते. शेवटचा एकच क्षण तिची अस्मिता मोहनसाठी मागे घोटाळली. तिचा चेहरा प्रेमाने उजळून निघाला. "मोहन! मी जाते रे!" एवढंच ती म्हणाली आणि तिने डोळे मिटले..

मोहनचा आपल्या डोळ्यांवर आणि कानांवर विश्वासच बसेना. शशी गेली? कायमची गेली? त्याच्या डोळ्यासमोर गेली? तो वेड्यासारखा तिचे हात, गाल, डोळे चाचपून पाहू लागला आणि मग त्याचं लक्ष तिच्या कपड्यांकडे गेलं. छातीवर आणि - आणि - खाली लालसर डाग होते. ओले! त्याने साडीचा पदर दूर करून पाहिलं...

शशीचे त्यांनी - हाल हाल केले होते. आधी तिची अब्रू घेतली होती. आठजण ! ती म्हणाली होती आठजण! आणि माया?

एक सेकंदभर सारं विश्व थांबलं. नाडीचा एक ठोका, दोन ठोके..

विश्वाची गती उलटली, वेडीवाकडी झाली. त्याच्यासमोरची खोली, शशीचा निर्जीव देह, सारं काही गरगरायला लागलं...

काहीतरी चुरमडलं, वाकलं, मोडलं, विकृत झालं..

मोहनसाठी हा आयुष्याचा एक आवर्तनबिंदू ठरला. त्याच्यासाठी सर्व जग त्या क्षणी बदललं. प्रेमाची आणि माणुसकीची ऊब ओसरली होती. राहिला तो थंड, निर्विकार फत्तर. समाजावरचं सुसंस्कृतपणाचं कवच जळून गेलं. आता उरला तो काड्यांचा अर्थहीन सांगाडा.

शरीरात एक विलक्षण परिवर्तन होत होतं. धमन्यांतून लाल रक्ताऐवजी सूडाचा काळा अर्क धावू लागला. काळीज गोठून गेलं होतं- अशा वेळी आत रुजलेल्या सहानुभूतीच्या, माणुसकीच्या कृत्रिम, उपऱ्या भावना बाहेर फेकल्या गेल्या. जणू काही त्या क्षणी जुना मोहन विरघळला आणि एक नवा मोहन कणाकणांनी घडवला गेला.

शांत, निपचित पडलेल्या शशीकडे, तो कोरड्या डोळ्यांनी पाहत होता. तिच्यासाठी त्याच्याजवळ अश्रू राहिले नव्हते. अश्रूंचा आता काय उपयोग होता? तिचे शब्द त्याच्या मनात घुमून उठत होते. "आठजण - एक बुटका - आणि माया...." "आठजण आणि माया.."

❖❖❖

११

दारावरची घंटा वाजली. मोहन त्या घंटेकडे पाहत राहिला. त्याला त्या आवाजाचा अर्थच लागत नव्हता. घंटा अधीरपणे पुन्हा पुन्हा वाजत होती. आता बाहेरच्या बाजूने एक अस्पष्ट आवाजही ऐकू येत होता.

"दार उघड संत! मोहन संत, दार उघड!"

कोणीतरी ओरडत होतं. घंटा वाजवीत होतं; दारावर थापा मारल्याचाही आवाज येत होता. कोणाला एवढी घाई झाली आहे? त्याला नवल वाटतं होतं - शशी गेलीच! आता कसली घाई?

तो सावकाश मागे सरला व दाराकडे वळला. इतका वेळ त्याने शरीर कोणत्या तरी वेड्यावाकड्या पवित्र्यात ठेवले असले पाहिजे... कारण शरीराचा प्रत्येक अवयव कुरकुरत होता, तक्रार करीत होता.

मोहन सावकाश दारापाशी पोचला. हाका, थापा चालूच होतं. त्याने चौकोनावर अंगठा ठेवताच दार सरकलं आणि काय होत आहे हे कळायच्या आतच चारपाच माणसं खोलीत शिरली, गणवेशातली माणसं! पोलिस! एकाच्या हातात पिस्तूल होतं !

तो शून्य नजरेने त्यांच्याकडे पाहतच राहिला व पुढचा अधिकारी मोहनकडे पाहताच अडखळला; पण क्षणभरच; मग तो ओरडला, "मोहन संत! शशी माथूरच्या खुनाच्या आरोपाखाली मी तुला अटक करीत आहे. मुकाट्याने येणार आहेस की नाही?"

प्रत्येक शब्द आणि प्रत्येक आकार मेंदूपर्यंत पोचायला खूप उशीर लागत होता. कितीतरी वेळ मोहन त्यांच्याकडे पाहतच राहिला,

"मला अटक?" तो शेवटी पुटपुटला, "शशीच्या खुनाबद्दल?"

"हो" अधिकारी ठामपणे म्हणाला. कसला तरी खळखळ आवाज झाला. मोहनच्या हाताला कसला तरी गार स्पर्श झाला. त्याने खाली पाहिले. त्याच्या हातात धातूच्या चकचकीत बेड्या पडल्या होत्या. "जर सुटायचा प्रयत्न केलास तर मला पिस्तूल वापरावं लागेल. तू जे काही बोलशील ते आम्ही तुझ्याविरुद्ध

पुरावा म्हणून वापरू. चल !"

अधिकाऱ्याने खोलीच्या दाराकडे तोंड वळवलं.

अधिकाऱ्याने दाराकडे एकच पाऊल टाकलं व तो थांबला. वळताच त्याने पिस्तूल होल्स्टरमध्ये घातलं होतं. त्याला हात लावायलाही त्याला वेळ मिळाला नाही. दारातच एक उंच, किडकिडीत माणूस उभा होता. त्याचा चेहरा एका काळया फडक्याने झाकलेला होता. त्यावर कमळाची एक रेखाकृती होती. त्याच्या हातात एक बोजड दिसणारं पिस्तूल होतं. त्या पिस्तुलाचा आवाजही दबल्यासारखा येत होता. एकदा-दोनदा-तीनदा-चारदा मोहनच्या आसपास माणसं कोलमडून पडत होती. मोहन होता तिथेचा उभा होता. त्या माणसाने पिस्तूल खिशात घातलं. तोंडावरचं फडकं काढलं व तो खोलीत आला अधिकाऱ्याचं शव त्याने लाथेने उलटलं. खिशातील चावी काढली व मोहनचे हात मोकळे केले. फडक्याला चावी व बेड्या पुसल्या व खाली टाकल्या व मग तो मोहनसमोर उभा राहिला. मोहनच्या मेंदूला अजूनही गती आली नव्हती. सर्व चक्रे अजून मंदगतीनेचे फिरत होती.

"मोहन संत ना? माझे नाव गोपाळ शर्मा, चल," तो परका इसम म्हणाला व त्याने मोहनचा हात धरला. मोहन क्षणभरच घोटाळला व मग गोपाळबरोबर खोलीबाहेर पडला. दाराचा कोपरा दाबताच दार बंद झालं. लिफ्टमध्ये येताच गोपाळने मोहनचा हात धरून त्याचे बोट बटणावर दाबले. लिफ्ट खाली पोचताच गोपाळ व त्याच्या मागोमाग मोहन बाहेर पडला. बाहेरच्या दारापाशी पोलिसांची लाल गाडी उभी होती. ड्रायव्हर सिगारेट शिलगावून पॅनेलवरचे टेलीव्हिजन पाहण्यात गर्क झाला होता.

दोघं मोठ्या रस्त्याने निघाले. रस्ता दिव्यांनी उजळला होता. रात्रीच्या पिक्चरसाठी थिअटरसमोर गर्दी झाली होती. गोपाळ मोहनला घेऊन थिअटरमध्ये शिरला. स्टॉलमधल्या दोन सीटची तिकिटं त्यांच्याजवळ होती. आतमधल्या अंधारात मोहनने आपलं थकलेलं शरीर मऊ खुर्चीवर ढकलून दिलं व डोळे मिटून घेतले; पण त्याला ही विश्रांती फार वेळ मिळायची नव्हती. समोर कोणता चित्रपट सुरू होणार होता याची काही कल्पना नव्हती व फिकीरही नव्हती; पण सुरुवातीचे संगीत व इतर लहानसहान लघुपट चालू असतानाच गोपाळने त्याला गदागदा हलवलं.

"मोहन, चल इथे आपल्याला थांबायचं नाहीय! चल!"

गोपाळने त्याला बोलायलाही सवड दिली नाही. मोहन उठला व त्याच्याबरोबर बाहेर पडला. गोपाळ लहान लहान गल्लीबोळांतून वाट काढीत होता. वाटेत तो एका जुन्या सामानाच्या दुकानासमोर थांबला व मोहनला बाहेर उभा करून आत गेला. पाचसात मिनिटांतच तो बाहेर आला तेव्हा त्याच्या काखेत एक जाडसर पार्सल होतं. मोहनला घेऊन तो पुढे निघाला. दुसरं थिअटर... पुन्हा स्टॉलमधली जागा, चित्रपट सुरू झाला होता. मोहनच्या कानाशी लागून गोपाळ कुजबुजला :

"मोहन, या पार्सलमध्ये कपड्यांचा सेट आहे. तुझ्या अंगावरचे सर्व-अगदी अंडरवेअर, मोजे, बूट, रुमाल सर्व कपडे काढून टाक व हे कपडे घाल. खाली वाकून सगळं कर. चल आटोप झटपट."

वाद घालीत बसण्यापेक्षा तो सांगतो तसं करणं बरं... मोहनला वाटलं. आताच्या क्षणी त्याला विरोध, चर्चा, वाद काही नको होतं. त्याने कपडे बदलले. वास्तविक बसल्या बसल्या व अवघडलेल्या शरीराने ते काम फार कठीण गेलं; पण मोहनने तक्रार केली नाही. त्याचं सर्व होताच गोपाळने जुन्या कपड्यांची घडी केली. पिशवीत घातली आणि बाकाखाली सारून ठेवली.

"चल," उभा राहत तो म्हणाला व ते बाहेर पडले. काय प्रकार चालला आहे हे मोहनला कळतच नव्हतं आणि त्याने गोपाळला जेव्हा काही विचारायचा प्रयत्न केला तेव्हा गोपाळने तुटक आवाजात त्याला गप्प बसायला सांगितलं. मोहन गप्प बसला व त्याच्याबरोबर चालत राहिला.

ते शेवटी एका मध्यम आकाराच्या इमारतीत शिरले. हा भाग कोणता व आपण येथे कोणत्या रस्त्याने आलो याची मोहनला शुद्धही नव्हती. शरीराचा बधिरपणा मेंदूतही शिरला होता. गोपाळ चालायला लागला, की तो चालत होता. गोपाळ थांबला, की तो थांबत होता. केवळ यांत्रिक अनुकरण. गोपाळच्या मागोमाग तो त्या इमारतीत व मग त्या खोलीत शिरला आणि दारातच थांबला.

खोलीत शिवदास होते. दाराकडे तोंड करून उभे होते. मोहनच्या मनावरचं असंदर्भाचं वलय ताडदिशी दूर झालं व सर्व प्रसंगाची स्मृती ज्वालामुखीच्या तप्तरसासारखी मेंदूचे सर्व विचारमार्ग जाळीत आली. सर्व शरीर परत एकदा

धारेवर धरल्यासारखं झालं. या आंतरिक संतापाने काहीतरी चिन्ह चेहऱ्यावर उमटलंच असलं पाहिजे. शिवदास घाईने पुढे आले. त्याच्या खांद्यावर हात ठेवून ते म्हणाले, "मोहन, आय ॲम सॉरी."

मोहनची खंगरी नजर त्यांच्यावरून हलली नाही. तो बोलला तेव्हा त्याचा आवाजही थंड येत होता. जणू दुःखाच्या, शोकाच्या व संतापाच्या आचेने मनाचा साचाच विरघळला होता. एक विकृत आकारात गोठला होता...

"शिवदास, त्यांनी शशीला ठार मारली, हाल हाल करून..."

"खरं आहे, खरं आहे मोहन..." ते त्याचा खांदा थोपटीत म्हणाले, "काही काही जणांना आपल्या प्राणांची आहुती द्यावी लागणारच आहे."

मोहन काहीच बोलला नाही. गोपाळने त्याला एका खुर्चीकडे नेलं आणि खुर्चीत मोहननं आपलं शरीर ढकलून दिलं. शिवदास बोलत होते -

"मोहन, तुला मुंबई सोडून जायला हवं शक्य तितक्या लवकर."

"मला? का?" मोहनने डोळे न उघडताच विचारलं.

"का? तू त्यांचा सर्वांत मोठा गुन्हेगार आहेस! त्यांचे चार पोलिस अधिकारी तू गोळ्या घालून ठार केलेस! तुला पकडायला ते आकाशपाताळ एक करतील! अकरा वाजताच्या बातमीपत्रात गुन्ह्याची सविस्तर हकिकत होती. तुझाही फोटो होता. तुला मदत करणाराही गुन्हेगार ठरणार आहे. मी ती बातमी ऐकली आणि काय झालं असावं याचा अंदाज बांधला. तुझी बाहेर जाण्याची व्यवस्थाही मी करून ठेवली आहे..." मोहनच्या चेहऱ्याकडे पाहताच शिवदास बोलायचे थांबले. मोहनचे डोळे सताड उघडले होते. त्याची नजर शिवदासांनाही सहन होईना, मोहन सावकाश मान हलवत होता... नकारार्थी.

"नाही?" शिवदास आश्चर्याने विचारत होते.

"शिवदास," मोहन अगदी हलक्या आवाजात म्हणाला, "माझ्या शशीला त्यांनी काय केलं ते मला विसरता येईल का?"

"पण..."

"पण नाही! या कृत्याचा पुरेपूर सूड घेतल्याशिवाय, या कटात सामील असलेल्या प्रत्येक व्यक्तीचा नाश केल्याशिवाय मी हलणार नाही!"

"मोहन, ते लोक एका यंत्राचे केवळ भाग आहेत."

"मग ते भाग मोडून टाकीन."

"तुला कळत नाही. पिस्तूल झाडणारा हात दोषी का वरचा मेंदू?"

"आधी हात ठेचतो. जाळतो, मग मेंदूकडे पाहीन.."

"पंकजला तुझी जरुरी आहे, मोहन..."

"शिवदास, हे झाल्याखेरीज मी खरा व पुरा मोहनच नाही,"

मोहनचा आवाज इतका निर्णायक होता, की चर्चेला, वादाला वावच नव्हता. शिवदासांनी काही वेळ त्याच्याकडे पाहिले व खांदे उडवीत ते म्हणाले,

"मोहन, आता तू विलक्षण थकलेला आहेस. तू काहीही ठरवलंस तरी उद्यापासून तुला विश्रांती अगदी नाममात्र मिळणार आहे. तू आता झोपावंसं हेच चांगलं. जरा विश्रांती मिळाली तर तुझ्या विचारांना जरा स्पष्टपणा येईल."

"शिवदास!" मोहन उसळून म्हणाला, "मला झोपेची कल्पनासुद्धा सहन होत नाही! मनातले विचार एक क्षणभर तरी मला सोडून जाणार आहेत का?"

"मग काय रात्रंदिवस तणतणत बसणार आहेस?" शिवदासही आता रागाने बोलत होते. "स्वतःला वेड लावून घेणार आहेस? सांग!"

"मला खरंच झोप यायची नाही..." मोहन काकुळतीला येऊन म्हणाला,

"मला ती कल्पना आहे. मोहन एखादं इंजेक्शन दिलं तर...?"

मोहन तयार झाला, त्यांचं औषध फारच प्रभावी असलं पाहिजे. त्याची सुई त्याच्या अंगठ्यात शिरताच डोळे पेंगायला लागले होते.

शिवदास त्याची नाडी पाहत पाहत, जवळजवळ तीन मिनिटांपर्यंत, इंजेक्शन अगदी सावकाश देत होते. त्यांनी सुई बाहेर काढली आणि मोहनला गोपाळने आधार दिला.

मोहन अठ्ठेचाळीस तास गुंगीत राहिला तरी हरकत नाही असं शिवदासांनी गोपाळला सांगितल होतं; पण दुसऱ्या दिवशी दुपारी चारच्या सुमारासच मोहनने डोळे उघडले. त्याच्या तापलेल्या मेंदूवर इतकं प्रभावी औषधसुद्धा अंमल चढवू शकलं नव्हतं. मोहन कॉटवर उठून बसला. त्याच्या नजरेतला राग आता बराच निवळला होता; पण त्याची जागा त्यापेक्षाही जहरी व भयंकर अशा एका कठीण, अटळ निश्चयाच्या निर्धाराने घेतली होती. त्याच्या बर्फासाख्या थंड नजरेकडे शिवदासांनी एकदाच पाहिलं व मनातले विचार मनातच ठेवले.

मोहनने चहा-कॉफी काही आहे का? विचारलं, गोपाळने त्याला थोडीशी ब्रँडी दिली व त्याच्यासमोर खाण्याच्या पदार्थांची प्लेट आणून ठेवली. मोहनने

जरा अनिच्छेने एक घास तोंडात घातला आणि मग समोरच्या प्लेटमधले सर्व जिन्नस अधाशासारखे संपवून टाकले.

टेलीव्हिजनचे स्विच ऑन करीत शिवदास म्हणाले,

"पाचच्या बातम्या ऐक मोहन."

बातम्यांना पंधरावीस मिनिटं अवकाश होता. समोरच्या काचपट्टीवर जाहिराती, काही खेळांची दृश्यं, एखादं नाव... असे विविध देखावे येत होते. बरोबर पाच वाजता निवेदकाचा चेहरा पट्टीवर आला. बातम्यांआधी काही राजकीय विषयावर त्याचं निवेदन चाललं होतं आणि मग...

"काल रात्री आठच्या सुमारास मुंबईत घडलेल्या एका नीच व भयानक गुन्ह्याची माहिती आम्ही आपणास दिली आहेच. स्वतःच्या करारबद्ध मैत्रिणीचा अमानुष खून करणारा व त्याला अटक करायला गेलेल्या चार पोलिस अधिकाऱ्यांची निर्घृण हत्या करणारा हाच तो बदमाष... मोहन संत."

काचपट्टीवर मोहनचा चेहरा आला, नैसर्गिक, मनमोकळा व हसरा.

"कसा संभावित दिसतो, नाही का?" निवेदकाचा आवाज येतच होता; पण याच्या या बाह्यरूपावर भुलून जाऊ नका. वरवर सज्जन व निरुपद्रवी दिसणाऱ्या चेहऱ्याखाली वावरणारा हा नराधम, सैतान रक्तपिपासू राक्षस आहे. आपल्या समाजाचा व शासनाचा शत्रू आहे. त्याला शासन कधीही मोकळा राहू देणार नाही. प्रजाजनांनी निर्धास्त राहावे. त्याच्यामागे आमचं पोलिस खातं लागलं आहे आणि त्याचा पाठलाग यशस्वी रीतीने चालू आहे. एकदोन दिवसांतच त्याला अटक होण्याची शक्यता आहे. त्याआधी सर्वांना एक सूचना - हा मोहन संत कोणाला दिसला तर त्याला कोणीही आसरा देऊ नये, मदत करू नये. शक्य तर पोलिसांना वर्दी द्यावी. तो हातातून निसटतो अशी भीती वाटल्यास त्याला ठार करावे. समाजाचे हे शत्रू चिरडून टाकले पाहिजेत!"

पट्टीवरचा मोहनचा चेहरा हळूहळू अस्पष्ट होत नाहीसा झाला.

"एकदोन दिवसांत अटक होण्याची शक्यता !" शिवदास तुच्छतेने म्हणाले, "म्हणजे एखाद्या निरपराध जीवाची हत्या !"

"म्हणजे?" त्यांचं बोलणं न उमगून मोहननं विचारलं.

"तुला हे माहीत नसणारच. अरे, त्यांना शासनावरचा विश्वास कायम टिकवायचा आहे ना? मग एखादा गुन्हेगार त्यांच्या हातातून निसटला तर

लोकांना काय वाटेल? लोकांच्या समाधानासाठी हे सर्व नाटक आहे. प्रत्यक्ष गुन्हेगार निसटला तरी चालेल- ते त्याचा वेगळ्या पातळीवर कायम शोध करीत राहतीलच; पण लोकांच्या शंका नाहीशा होण्यासाठी कोणाचा तरी बळी द्यायलासुद्धा ते मागेपुढे पाहत नाहीत." मोहनला अजून समजलं नव्हतं.

"त्यांचे निरीक्षक सर्वत्र असतातच. आता अंधार पडायला लागला, की ते एखादा निर्जन रस्ता निवडतील. त्यावरून एकटाच असा कोणी साधारण तुझ्या बांध्याचा, असा जाताना दिसला, की त्याच्यावर झेप घेतील.'

"त्याचा काही अपराध नसताना?" मोहन शहारून म्हणाला.

"होय, त्यांच्या पटावरचं ते एक प्यादं आहे. त्याचं काम तेवढचं!"

शिवदासांच्या शब्दांची प्रचीती मोहनला लवकरच येणार होती.

सहाच्या बातम्या सुरू झाल्या. गुन्ह्याचं वर्णन पुन्हा एकदा सुरू झालं आणि मध्येच निवेदक थांबला; त्याचा आवाज एकदम बदलला.

"टेलीव्हिजनच्या प्रेक्षकांना आता एक असाधारण दृश्य पाहण्याचा योग आला आहे. शासन किती जागरूक असतं व आपल्या शत्रूंचा ते कसा बंदोबस्त करतं ते आता प्रत्यक्षच पाहायला मिळेल. हा खुनी, बदमाष, सैतान, मोहन संत आता पोलिसांच्या कचाट्यात सापडला आहे, पाहा."

काचपट्टीवरचा देखावा एकदम बदलला. आताचं चित्रण एखाद्या हेलिकॅबमधून होत असावंसं दिसत होतं. दृश्य बऱ्याच उंचीवरून घेतलं जात होतं, उंच इमारती नजरेखालून सरकत होत्या. वाहन खाली आलं. इमारतींमधील रस्त्याची प्रकाशित, झपाट्याने मागे सरकणारी पट्टी दिसू लागली. डोळ्यांना अंधारी आणणाऱ्या गतीनं वाहन एका बाजूस वळलं.

एक किंचित अंधारा रस्ता, निर्जन आणि दूरवर पाठमोरी दिसणारी एका माणसाची आकृती... बांधा खरोखरच मोहनसारखा होता. वाहन एकदम उंच गेलं आणि एखाद्या शिकारी पक्ष्याने घ्यावी तशी त्याने खाली झेप घेतली. त्या माणसाला अगदी शेवटच्या क्षणी काहीतरी जाणवलं असावं. एकदाच त्याने मान वळवली. चेहऱ्याचा पांढुरका भाग एक क्षणभर दिसला व मग त्याने पळायचा प्रयत्न केला, सुरू होण्यापूर्वीच अयशस्वी झालेला. लखलखता प्रकाश, धूर यांनी पट्टी भरून गेली. गोळ्यांचा धडधडाट कानावर आला. त्या पळणाऱ्या माणसाच्या पाठीवर लाल नक्षीकाम उमटलं. तो खाली कोसळला.

निवेदकाचा चेहरा परत काचपट्टीवर आला होता.

“आताच आपल्याला सर्वांना या मोहन संतचा शेवट पाहायला मिळाला. शासन आपल्या शत्रूंची कधी गय करीत नाही...”

एक प्रकारच्या उद्वेगाने मोहनने सेट बंद केला. आताच पाहिलेल्या प्रकाराने त्याला अगदी शिसारी आली होती; पण याचा परिणाम एकच झाला. त्याचा निर्णय आणखी पक्का झाला.

“म्हणजे तू मुंबई सोडणार नाहीस तर !” शिवदास शेवटी म्हणाले. मोहनने फक्त मान हलवली. शब्दांची आवश्यकता नव्हती. त्याची नजरच पुरेशी बोलकी होती.

“मग येथून बाहेर पडायच्या आधी स्वतःच्या संरक्षणासाठी तुला काही उपाय योजावे लागतील,” शिवदास म्हणाले, “पोलिस तुझा तपास करीत राहणार हे नक्कीच. शरीराच्या वासावरून माणसाचा माग लावणारे एक प्रकारचे ‘इलेक्ट्रॉनिक ब्लडहाउंडस’ त्यांच्यापाशी आहेत. तू असाच बाहेर पडलास तर तुला त्यात धोका आहे. यावर इलाज म्हणून आमच्या शास्त्रज्ञांनी काही इंजक्शने शोधून काढली आहेत. ती घेतली, की शरीरातून स्रवणाऱ्या घामाचे गुणधर्म बदलतात; पण त्याचा प्रभाव चोवीस तासच टिकतो. तेव्हा रोज तुला ते इंजेक्शन घ्यायला हवं. मी आता तुला एक देतो. उद्या सकाळी तुला बाहेर पडता येईल.”

मोहन अगदी उतावळा झाला होता; पण त्याने स्वतःला सावरलं.

“आणि दुसरी गोष्टी तुझ्या चेहरेपट्टीत काही बदल करायला हवा म्हणजे तुला सहजासहजी कोणी ओळखणार नाही. ते काम गोपाळचं आहे.”

त्यालाही मोहन तयार झाला. शिवदासांनी कपाटातली एक चामडी बॅग काढली व त्यातल्या कॅप्सूलमधून एक इंजेक्शन तयार करून ते मोहनला दिलं. इतका वेळ गोपाळ काहीच बोलला नव्हता. आता तो पुढे झाला. मोहनचा चेहरा त्याने चारही बाजूंनी नीट पाहिला आणि मग त्याने आपली पेटी उघडली. त्यात चाकू, कात्र्या, वस्तरे हे तर होतचं; विविध रंगांच्या द्रव्याच्या बाटल्याही होत्या. शिवाय अगदी गौरवर्णापासून जवळजवळ काळ्या रंगाच्या त्वचेशी

जुळतील अशा रंगाचे प्लॅस्टिसीनचे गोळेही होते. गोपाळने कामाला सुरुवात केली. त्याच्या व्यवसायात तो अगदी निपुण होता.

प्रथम त्याने मोहनच्या कपाळावरील दोन्ही बाजूंचे केस विरळ केले. मग मोहनची भांग पाडायची पद्धती बदलली. त्यानंतर त्याने मोहनला तोंडात, खालच्या जबड्यात, ओठ व हिरडी यांच्यामध्ये घालण्यासाठी दोन प्लॅस्टिकचे विशिष्ट आकाराचे तुकडे दिले आणि शिवाय मोहनच्या कानामागे किंचित वक्र आकारचे तुकडे चिकटवताच कानांचा आकार बदलला. काम करता करता तो बोलत होता... 'ओळखीबद्दल सर्वसाधारण माणसाच्या मनात संशय उत्पन्न केला तरी पुरतं. मग तो कोणताही आरोप करायला धजत नाही आणि आपण लोकांच्या चेहऱ्यांची ओळख लहानसहान गोष्टीवरून ठेवतो. त्या बदलल्या, की गोंधळ होतो..."

१२

रात्रभर मोहनला शांत अशी झोपच नव्हती. अधूनमधून जराशी डुलकी यायची व भयानक स्वप्नांनी तो भयभीत होऊन जागा व्हायचा. शेवटी एकदाची सकाळ झाली. तिघांची न्याहारी झाली, आणि मग गोपाळ मोहनला म्हणाला,

"मोहन, आता सांग तुझा काय बेत आहे?"

"बाहेर चल. इथे नको," मोहन म्हणाला व ते बाहेर पडले.

"गोपाळ, मायाचा पत्ता तुला माहीत आहे?" मोहनने विचारलं.

"हो" मोहनकडे जरा नवलाने पाहत गोपाळ म्हणाला, "तिकडे जायचं?"

"अंहं... एवढ्यात नाही, त्याआधी मला एकदोन ठिकाणी घेऊन चल."

"कोणती ठिकाणं?"

"गोपाळ," मोहन सरळ नजर ठेवून म्हणाला, "असं एखादं ठिकाण तुला माहीत आहे का, की जेथे माणसांच्या रूपातले सैतान वावरत असतात? असा एखादा नीच, क्रूर, निर्दय, माणुसकी विसरलेल्या लोकांचा अड्डा माहीत आहे?"

"हो. तुझ्या मनात काय आहे मोहन?"

"आता काही बोलत नाही. तिथे मला घेऊन जाऊ शकशील?"

"जरा धोका आहे... पण पाहतो प्रयत्न करून."

वाटेतल्या एका कॅफेमध्ये दोघे शिरले. गोपाळ टेलिफोन बूथमध्ये गेला. त्याला बाहेर यायला बराच वेळ लागला. तो मोहनच्या टेबलापाशी आला व काही न बोलता खाली बसला व काही वेळ वाट पाहून मग मोहननेच विचारलं, "काय? होणार आहे का काम?"

'हो; पण तुझ्या मनातला विचार सांगशील का नाही मला?"

"आता नको," मोहनची नजर एकदम इतकी थंड व सपाट झाली, की गोपाळलासुद्धा त्याच्याकडे पाहवेना.

गोपाळ ज्या इमारतीपाशी थांबला त्या इमारतीवर 'जॉय क्लब रेस्टेराँ' अशी रंगीत नलिकांनी बनवलेली झगझगीत पाटी होती. तळमजल्यावर बार, डायनिंग हॉल, रेस्टेराँ वगैरे सोयी होत्या. क्लब वरती असावा. गोपाळ मॅनेजरशी

बराच वेळ बोलत होता आणि मग शेवटी त्याने मानेने खूण करून मोहनला बोलावलं. हिरव्या कपड्याने मढविलेल्या एका दारातून तो गोपाळमागोमाग गेला. पुढे तळघराकडे जाणारा एक जिना होता. जिन्याच्या तळाशी जाळीचं एक भक्कम दार होतं. त्यांच्या येण्याची आत चाहूल लागली असली पाहिजे. कारण जाळीपलीकडे एक इसम आला. जाळीतून गोपाळ त्याच्याशी दोन शब्द बोलताच त्याने जाळी उघडली व त्यांच्यामागे परत बंद केली. त्या दोघांना घेऊन एका ऑफिसवजा खोलीत आला. एक भिंतच्या भिंत टेलिव्हिजनच्या काचांनी भरलेली होती. एका प्रशस्त टेबलामागे बसत तो गृहस्थ नाखुशीच्या स्वरात म्हणाला,

"हे खरोखर योग्य नाही; पण तुम्ही शब्दच आणला आहे-पाहा."

त्याने एकामागून एक बटणं दाबताच टेलिव्हिजनच्या वेगवेगळया पट्ट्या सजीव झाल्या, तळघरातल्या प्रत्येक खोलीतला देखावा येथे टेलिव्हिजनवर दिसत होता. गांजाच्या, अफूच्या, हेरॉइनच्या, दारूच्या, मेस्कॅलिन किंवा तत्सम अमली पदार्थांच्या प्रभावाखाली गेलेले लोक... माणुसकी विसरून पशू बनलेले लोक.. स्त्रियांच्या, मुलांच्या किंचाळया...

मोहन जरा वेळ त्या भयानक चित्रांकडे पाहत उभा राहिला व मग गोपाळकडे वळून म्हणाला, "गोपाळ, ही जागा मला ठीक वाटते,"

त्याचा थंड, अविकारी, भावनारहित आवाज ऐकून गोपाळही चपापला.

"मोहन, तुझ्या मनात आहे तरी काय?" त्याने परत विचारलं.

"जरा थांब, आपोआप कळेल, त्यांना विचार आपल्याला इथे एखादी खोली वापरासाठी घेता येईल का?"

"मला त्यात काही अडचण दिसत नाही," गोपाळ म्हणाला.

"ठीक आहे, चल तर मग."

गोपाळ काही बोलायच्या आधी मोहन खोलीबाहेर पडलासुद्धा होता.

बराच वेळ दोघे चालत होते. मोहन आपल्या विचारात गर्क होता.

"गोपाळ" शेवटी तो म्हणाला, "आज रात्रीकरिता आपण आताच पाहिलेल्या जागी माझ्यासाठी एक खोली घे आणि रात्री तूही येथे हजर राहा; पण त्याआधी आणखी एक माहिती मला हवी आहे. पोलिसांनी माझ्या अटकेसाठी एखादे बक्षीसही लावलं असेल, नाही का?"

"उघडपणे लावणं शक्य नाही; पण त्यांच्यापैकी कोणी तुला अटक केली किंवा करण्याला मदत केली, तर त्याला फार मोठं बक्षीस खासच मिळेल."

"तेवढी एक चौकशी कर आणि संध्याकाळी मला मायाच्या घरी नेऊन सोड. तिचा हल्लीचा पत्ता तुला शोधून काढावा लागेल."

"एवढंच? तू पुढचं काहीच सांगत नाहीस, मोहन!"

"पुढे काय होणार आहे हे मलाच माहिती नाही - तुला काय सांगू?"

दुपारभर मोहन एका खुर्चीत बसून होता. त्याचा मूड नाही असं पाहून शिवदासांनीही त्याच्याशी संभाषण करण्याचा प्रयत्न केला नाही. संध्याकाळी सहाच्या सुमारास गोपाळ परत आला. मोहनशेजारी बसत तो म्हणाला, "मायाचा पत्ता काढला आहे, मोहन... आणि दुसरी गोष्ट-बक्षिसाची वगैरे काही माहिती लागत नाही. आपल्याला केव्हा निघायचंय, मोहन?"

"आता निघूयाच. शिवदास. तुम्ही ते इंजेक्शन देता ना?"

"रात्री केव्हा परत येणार आहेस मोहन?"

"सांगता येत नाही..."

"काळजी घे हे सांगायला नकोच. तुझ्यापासून त्यांना विशेष अशी काही माहिती मिळणार नाही; पण तुझं आयुष्य मात्र फुकट जाईल-तेव्हा सांभाळून राहा."

मोहनने मान हलवली खरी; पण शिवदासांचे शब्द त्याला कितपत समजले याची त्यांना शंकाच होती. तो स्वतःच्याच विचारांच्या तंद्रीत होता.

शिवदासांनी पेटी काढली व इंजेक्शनची तयारी केली. त्यांच्या सूचनेप्रमाणे इंजेक्शननंतर मोहनने पंधर-वीस मिनिटे विश्रांती घेतली.

"आता गेलो तर चालेल का?' त्याने विचारलं.

"हरकत नाही," शिवदास म्हणाले,

"चल, गोपाळ," मोहन खुर्चीवरून उठत म्हणाला, ते बाहेर पडले.

"गोपाळ जॉयमध्ये खोली घेतली आहेस?"

"हो."

"ठीक आहे, मला मायाच्या घरापाशी सोड."

"सोडतो; पण मोहन सांभाळून हं."

"गोपाळ," मोहन अगदी हलक्या आवाजात म्हणाला, "मला बरंच काम पुरं करायचं आहे. मी कोणताही उतावीळपणा किंवा मूर्खपणा करणार नाही. अगदी काळजीने वागेन."

त्याच्या आवाजाने निर्ढावलेल्या गोपाळच्या अंगावरही काटा आला.

वीसबावीस मजल्यांच्या एका अद्ययावत इमारतीपाशी गोपाळ थांबला.

"सोळाव्या मजल्यावर ब्याण्णव नंबरचं अपार्टमेंट तिचं आहे." गोपाळ म्हणाला, "मी खालीच थांबू का वर येऊ तुझ्याबरोबर?'

"अं-वर नको येऊस मी एकटाच जातो. खालीच थांब,"

"ठीक आहे, जपून राहा."

मोहन पोर्चमध्ये शिरला. खालचा सर्व मजला वेटिंग रूम्स, लाउंज, टेलिफोन बूथ इत्यादींनी व्यापला होता. नोकरांच्याही खोल्या तिथेच होत्या. एका बाजूला लिफ्टच्या खोल्यांची रांग होती. मोहन एका लिफ्टमध्ये शिरला. बोटावर रुमाल ठेवून त्याने सोळा नंबरचं बटन दाबलं.

लिफ्ट थांबताच तो बाहेर पडला. कॉरिडॉरमध्ये प्लॅस्टिकचा मऊ गालिचा होता. सर्वत्र शांतता होती. मायाचा ब्लॉक उजव्या हाताला होता.

तिच्या दारापाशी पोचताच त्याने बाहेरचं बटण दाबलं.

दोन एक मिनिटांत दारातला एक लहानसा चौकोन आतून उघडला गेला.

"कोण आहे?" मायाचा अस्पष्ट आवाज आला.

"माया, मी मोहन आहे-दार उघड-" मोहन हलकेच म्हणाला.

मायाने एकदम श्वास आत घेतल्याचा आवाज आला.

"मोहन?" ती गडबडून म्हणाली, 'पण - पण - पण मी तर टेलिव्हिजनवर...'

"माया," मोहन अजिजीच्या आवाजात म्हणाला, "मला बाहेर उभं करू नकोस - आधी दार उघड - मला आत येऊ दे - मग तुला सगळं सांगतो..."

ती काही वेळ गप्पच उभी राहिली. स्वतःशीच विचार करीत असली पाहिजे. मग तिने काय तो निर्णय घेतला. दार अलगद एका बाजूस सरकलं. माया आता एकदोन पावलांवरच उभी होती. तिच्या चेहऱ्यावर शंका, आश्चर्य, जराशी भीती यांचं भावमिश्रण दिसत होतं.

मोहन एकदम आत गेला नाही; दारातूनच त्याने विचारलं,

"माया, आत येऊ का? आत दुसरं कोणी नाही ना?" "अं-नाही," ती त्याच्याकडे निरखून पाहत म्हणाली.

"तुझी काही हरकत नाही ना?"

"मोहन, असं का विचारतोस?" ती जरा नवलाने म्हणाली.

"माया, मी एक फरारी गुन्हेगार आहे; माझ्याशी संबंध ठेवणं, मला कोणीतीही मदत करणं, माझी माहिती पोलिसांपासून दडवून ठेवणं हे सर्व गुन्हे झाले आहेत माया! तुला माझ्यापासून काही त्रास व्हायला नको."

मायाने कानातली कर्णफुले काढून हातात घेतली. हाताने त्यांच्याशी चाळा करीत ती मागे सरकत म्हणाली, "ये, आत ये ना मोहन...'

मोहन खोलीत आला, त्याचे खांदे थकून खाली गेले होते. पावलं खाली फरपटल्यासारखी ओढली जात होती. मायामागोमाग तो आतल्या खोलीत गेला. त्याने आपलं शरीर एका कोचात सोडून दिलं व डोळे मिटून घेतले. त्याचा श्वास जोराने येत होता. रुमालाने तो कपाळावरचा घाम पुसत होता.

समोर उभी राहून, माया त्याच्याकडे आश्चर्याने पाहत होती.

"मोहन ! काल तर मी टेलिव्हिजनवर..."

मोहनने डोळे न उघडता, एक हात वर करून तिला थांबायची खूण केली.

"मोहन, तू गेले दोन दिवस होतास तरी कुठे मग?"

"एखाद्या जनावरासारखा लपूनछपून राहत होतो, माया," तो थकलेल्या आवाजात म्हणाला, "माझी इथे कोणाशी ओळख नाही आणि अशा वेळी तर..."

मोहन गप्प बसला. माया जरा वेळ तशीच उभी राहिली आणि मग त्याच्यासमोर खुर्चीवर बसली. खाली मान घातलेल्या मोहनवर तिची प्रश्नार्थक, हिशेबी नजर रोखलेली होती. शेवटी एक उसासा सोडून ती म्हणाली,

"मोहन काय झालं ते तर सांग! मला काहीच माहीत नाही-"

मोहन स्वतःशीच मान हलवीत उदास आवाजात बोलत होता.

"मलाही काही कळत नाही. माया, शशी-तुला शशी माहीत आहे ना? हो! तू एकदा आलीच होतीस की!- तर शशी पाचसहा दिवसांपूर्वी घरातून एकदम नाहीशी झाली. मी पोलिसांत तक्रार दिली, सर्वत्र तपास केला; पण काही पत्ताच लागला नाही आणि दुसऱ्या दिवशी संध्याकाळी मी घरी परत आलो तर शशी दारापाशी पडली होती! बेशुद्ध अवस्थेत! माया, ती शेवटपर्यंत शुद्धीवर

आलीच नाही! आणि मी तिला काहीतरी मदत करायच्या खटपटीत होतो त्याच वेळी घरात हे पोलिस आले! त्यांनी माझ्यावरच शशीच्या खुनाचा आरोप ठेवला! माझ्यावर!" मोहनची नजर मायाला या अशक्य गोष्टींवर विश्वास ठेवायचं जणू आव्हानच देत होती.

"शशी शुद्धीवर आलीच नाही?" मायाने हलकेच विचारलं.

मोहन मूकपणे मान हलवीत होता. मायाला एकदम काहीतरी आठवलं. तोंडावर हात ठेवून ती मागे सरत म्हणाली,

"पण मोहन! त्या चार पोलिसांना कोणीतरी ठार मारलं होतं!"

"मीच माया..."

"तू मोहन, तू?" तिचे डोळे एकदम विस्फारले होते.

"माया, माझ्याच जिवावर बेतलं होतं. मला स्वतःचं संरक्षण करणं भागच होतं. ते हा धडधडीत खोटा आरोप माझ्यावर ठेवत होते! पोलिस! ज्यांनी खरा गुन्हेगार शोधायला हवा होता ते पोलिस!"

"मला एक प्रकारची वेडाची तिरमिरी आली असली पाहिजे. मी जेव्हा भानावर आलो तेव्हा हातात पिस्तूल होतं आणि खाली त्या चौघांचे मृतदेह पडले होते. मी खोलीत थांबलोच नाही. खाली आलो नि वाट फुटेल तिकडे पळत निघालो, पुढे काय झालं मला माहिती नाही."

"तू त्यांच्या हाती लागला नाहीस हे नवलच आहे-"

"खरं म्हणजे आजच मी बाहेर पडायचं धाडस केलं आहे."

"एकदोन दिवसांत तू टेलिव्हिजन पाहिला नाहीस?"

"मी? छे!"

"काल त्यावर दाखवलं होतं, की तुला पकडण्याच्या प्रयत्नात तुझा मृत्यू झाला-" माया त्याच्याकडे बारीक नजरेने पाहत होती.

"माझा? पण.. पण.."

"असू दे... ती त्यांची काहीतरी ट्रिक असेल," माया म्हणाली, "पण तू आता माझ्याकडे कशासाठी आला आहेस, मोहन?"

"माया, तुझ्याशिवाय इथे कोणालाच मी ओळखत नाही. निदान मी कोणावर विश्वास टाकू शकत नाही. तू मला मदत करशील का?"

"मदत?" तिचा चेहरा एकदम ओढला गेला.

"मी तुला संकटात टाकणार नाही, मुंबई मी सोडणारच आहे; पण काहीतरी व्यवस्था होईपर्यंत एकदोन दिवस तरी लागतील. मी येथे राहणार नाही. घाबरू नकोस, माया, मला पैशांची जरूरी आहे. माझे क्रेडिट कार्ड मला वापरता येत नाही. तेवढी मदत करशील?"

"किती पैसे लागतील तुला मोहन?"

"दोन हजार रुपये तरी हवेत, जमेल?"

"एवढी रक्कम कशी शक्य आहे?"

"मग एक हजार तरी ? मी तुला एकूण एक पैसे परत पाठवीन."

"मी पाहते."

"आणि माया, खायला काही आहे का? मी सगळा दिवस उपाशी आहे-" मोहनचा चेहरा खरोखरच ओढलेला दिसत होता.

माया पुन्हा एकदा गडबडली. तिची चलबिचल उघड दिसत होती.

"खायला? काही नाही रे... एखादं ड्रिंक करू का?"

"कर." हातावर डोकं टेकवीत मोहन म्हणाला. माया आतल्या खोलीत गेली. फ्रीज उघडण्याचा आवाज आला. पाचसात मिनिटांत ती ट्रे घेऊन बाहेर आली. ट्रेवर बाटल्या, ग्लासेस बर्फ होते.

मोहनने स्वतःसाठी व तिच्यासाठी एक ड्रिंक बनवलं.

'पैशाचं पाहतेस ना माया? प्लीज?' मोहन म्हणाला.

"बघते काही आहेत का," ती कपाटाकडे वळली आणि त्या एका सेकंदात मोहनने हातातली गोळी तिच्या ड्रिंकमध्ये टाकली. सोडा फसफसत होता... त्यात ती केव्हाच विरघळून गेली.

माया परत खोलीत वळली तेव्हा तिच्या हातात काही नोटा होत्या. ती मोहनजवळ आली तेव्हा त्याच्या हातातला ग्लास जवळजवळ अर्ध्याने खाली गेला होता. ट्रे वरच्या ग्लासकडे बोट दाखवून मोहन म्हणाला,

"माया तू घे ना माझ्याबरोबर एखादं ड्रिंक-"

"मला आता काही नको..." ती जरा तुटक आवाजात म्हणाली.

"असं काय करतेस?" मोहनचा आवाज हळुवार येत होता.

"मागचं सगळं विसरलीस का? काही दिवस तरी आपण एकत्र राहत होतो ना? त्या आठवणीसाठी तरी घे-"

मायाने ग्लास उचलला. कदाचित गोंधळलेल्या मनाला जरासा आधार हवा असंही तिला वाटलं असेल; तिने ग्लास तोंडाला लावला. दोन घोट घेऊन खाली ठेवला. तिच्या डोळ्यादेखत मोहनने आणखी एक ड्रिंक बनवलं व ग्लास तोंडाला लावला.

"घे ना-" हातातल्या ग्लासकडे खूण करीत तो म्हणाला.

आणि मायाने ग्लास संपवून रिकामा केला.

"मजजवळ आता एवढीच रक्कम आहे, मोहन-" ती म्हणाली.

"असू दे-असू दे- पैशांची गोष्ट आता इतकी महत्त्वाची नाही-"

"अं?" ती आश्चर्याने त्याच्याकडे पाहत राहिली आणि पाहता पाहता तिच्यात एक बदल झाला. तिचे डोळे निस्तेज झाले. काचेसारखे निर्जीव झाले; ओठ ढिले पडले. चेहऱ्यावरच्या कठोर स्वभावरेषा विरघळल्या, चेहरा एखाद्या लहान मुलासारखा भोळा व निर्विकार झाला.

"खुर्चीवर बस, माया" मोहन हलक्या आवाजात म्हणाला व ती काही न बोलता खुर्चीवर बसून राहिली. मोहनवर तिची नजर एखाद्या लहान मुलासारखी खिळून राहिली होती.

आता प्रथमच मोहन हलला. कोचावरून तो उभा राहिला. त्याच्या शरीरातला थकलेपणा, दौर्बल्य, पार गेलं होतं. त्याच्या हालचाली मोजक्या आणि झटपट होत होत्या. खिशातील रुमाल काढून त्याने जेथे त्याच्या हातांचा स्पर्श झाला होता त्या जागा स्वच्छ पुसून काढल्या. एकवार त्याने सर्व खोलीवरून नजर फिरवली. मायाने काढून ठेवलेली कर्णफुलं दिसताच त्याच्या डोळ्यात एक विलक्षण चकाकी आली. त्याने ती कर्णफुलं खिशात घातली.

"माया, चल; आपल्याला जायचं आहे," तो त्याच हलक्या, स्पष्ट आवाजात म्हणाला, त्याच्याकडे पाहत माया उठून उभी राहिली. तो आला तेव्हा ती बहुतेक बाहेर जायच्याच तयारीत असावी. तिचे कपडे व वेशभूषा उत्तम होती.

"चल माया," तो पुन्हा म्हणाला व दाराकडे वळला. माया एखाद्या बाहुलीसारखी त्याच्यामागोमाग बाहेर पडली. त्यांच्यामागे दार अलगद बंद झालं व कट आवाज होऊन आतलं कुलूप बंद झालं.

१३

इमारतीच्या दारातून मोहन व त्याच्यामागोमाग माया बाहेर आले. गोपाळ समोरच्या फुटपाथवर उभा होता. मोहनने त्याच्याकडे पाहून, मानेने एक खूण केली आणि मायाला घेऊन, तो रस्त्याने चालायला लागला. ते वीसपंचवीस पावले जातात न जातात, तोच गोपाळने आणलेली टॅक्सी त्यांच्यापाशी थांबली.

"चल, माया-गाडीत चढ-" मोहन म्हणाला व त्यानं दार उघडं धरलं.

तिच्यामागोमाग मोहन गाडीत चढला; गोपाळ, ड्रायव्हरशेजारच्या सीटवर बसला होता. त्याने पत्ता आधीच सांगितलेला असावा; कारण मोहनने दार लावताच गाडी सुरू झाली. मुंबईतले या बाजूचे रस्ते मोहनच्या परिचयाचे नव्हते. दिव्यांनी उजळून निघालेल्या सर्वच इमारती त्याला एकसारख्याच दिसत होत्या.

गाडी थांबली; पण जॉयपाशी नाही, अलीकडच्याच कोपऱ्यावर. मोहनला न सुचलेला विचार गोपाळला सुचला होता.

गाडी निघून जाईपर्यंत तिघे फुटपाथवरच उभे राहिले. माया एक शब्दही बोलली नव्हती आणि तिची नजर अजूनही निरर्थक वाटत होती.

"खोलीचं काम झालं आहे, गोपाळ?" मोहनने विचारलं.

"हो; पण मला तुझ्याबरोबर यायला हवं?"

"ठीक आहे, मला खोलीत सोड आणि मग गेलास तरी चालेल." काही न बोलता गोपाळ जॉयच्या दिशेनं चालायला लागला.

मॅनेजरने गोपाळकडे एकदाच पाहिलं. गोपाळ, मोहन व माया मागच्या दारातून खाली गेले. जाळीचं दार उघडलं, कालचाच गृहस्थ आज ड्यूटीवर होता. त्याने तिघांकडे पाहिलंसुद्धा नाही. "नंबर बारा," तो एवढेच म्हणाला.

बारा नंबरच्या खोलीपाशी मोहन व माया यांना सोडून, गोपाळ परत निघाला. जाताना त्याने एकदाच मोहनकडे निरखून पाहिलं; पण तो काही बोलला नाही. तो जाताच मोहनने दार उघडलं. खोलीत मंद प्रकाश होता. पडद्याआड कॉट असावा असं त्याला वाटलं. बाहेरच्या प्रशस्त भागात सोफासेट, आरसे, टेलिव्हिजन हे सर्व काही होतं.

माया आत येताच मोहनने दार आतून बंद करून घेतलं. ती आत आली आणि तशीच रिकाम्या नजरेने, भकास चेहऱ्याने उभी राहिली. तिला हाताने धरून, मोहनने एका खुर्चीवर बसवलं व तो तिच्यासमोर उभा राहिला.

"माया!" तो मोठ्याने म्हणाला, "माया! माझ्याकडे पाहा!"

तिची नजर सावकाश सावकाश त्याच्याकडे वळली व स्थिर झाली. मोहनचे हात पाठीशी होते. त्याचा उजवा हात हवेतून जोराने आला आणि मायाच्या डाव्या गालावर धाडदिशी चपराक बसली. त्या धक्क्याने तिची मान एकदोनदा हलली; गोऱ्या गालावर लाल वळ उठला. तिच्या डोळयांत वेदना आली होती. शंका आली होती; पण अजून समज नव्हती.

"माया!" मोहन मोठ्याने म्हणाला, "शुद्धीवर ये, माया!"

पुन्हा एक जोराची चपराक; एकदा, दोनदा, तीनदा... तिने मान हलवायचा प्रयत्न केला. हातांनी तोंड झाकायचा प्रयत्न केला.

आणि एका क्षणात तिची नजर निवळली, साफ झाली.

ती खुर्चीवरून ताडदिशी उठून उभी राहिली. मागे सरली व म्हणाली,

"हा काय प्रकार चालला आहे, मोहन? मी कुठे आहे?"

काही न बोलता मोहन तिच्याकडे नुसता पाहत उभा राहिला. तिची नजर त्याच्या चेहऱ्यावर होती. मोहनचे डोळे थंड, निर्विकार, फत्तरी होते. चेहरा कठोर होता. खंगरी होता-भयानक होता. त्याच्याकडे पाहता पाहता मायाच्या चेहऱ्यावरचं आश्चर्य, राग, सारं काही ओसरून गेलं. तिचा चेहरा पांढराफटक पडला, डोळयात भीती आली; नकळत तिने एक पाऊल मागे घेतलं.

"मोहन?" एक हात छातीवर व दुसरा हात तोंडापाशी नेत माया दबलेल्या आवाजात म्हणाली, "मोहन! तुला काय झालं आहे. तुझा चेहरा असा का दिसतोय? तू माझ्याकडे असा का पाहतो आहेस?"

मायाची भीती खरी असेल किंवा तो अभिनय असेल. मोहनच्या मनावर त्याचा तप्त आम्लासारखा परिणाम झाला. माणुसकीच्या उरल्यासुरल्या खुणा अस्पष्ट झाल्या, विरघळल्या, पुसल्या गेल्या. डोळयातली आवर्तनं साकळली, थिजली. तेथे उरला फक्त क्षोभ, संताप... अनिवार, अनिवार!

आता मोहन प्रथमच बोलला. त्याचा आवाज हळुवार होता; पण त्याला कशी पोलादासारखी भेदक धार होती !

“माया, मी तुला इथे एका खास कारणासाठी आणलं आहे. मला काही प्रश्नांची उत्तरं हवी आहेत-आणि ती तू मला देणार आहेस-”

त्याच्या आवाजातील भ्रामक हळुवारपणाने ती फसली असेल.

“अस्सं!” ती जरा ताठ उभी राहत म्हणाली, ‘म्हणजे माझ्या घरी सगळं नाटकच वठवलंस वाटत? तुला काय वाटलं, की मी एखादी-”

पण तिचे शब्द घशातच अडकले. मोहन तिच्याकडे येत होता. त्याची विखारी नजर तिच्यावर एकटक खिळली होती. तो पुढे आला, अगदी जवळ आला आणि तिच्या गालावर त्याने एक जोरदार चपराक मारली.

“माया,” आवळलेल्या दातांतून तो म्हणाला, “मला जास्त बकवास नको, प्रश्नांची उत्तरं दे. तू कोणाच्या सल्ल्यावरून हा कट रचलास? शशी विरोधकांपैकी आहे हे त्यांना कसं कळलं? आणि शेवटी-शेवटी जेव्हा त्यांनी तिची अब्रू आणि तिचा जीव घेतला तेव्हा तिथे कोण कोण होतं?”

मायाने एकदा अनभिज्ञपणाचा आव आणण्याचा प्रयत्न केला-

“मोहन! मला यातलं काही एक माहिती नाही!”

तिच्या चेहऱ्यावरचे दोन्ही हात हिसकून खाली घेत, ते आपल्या हातात पिरगळत, तिच्या चेहऱ्यापाशी चेहरा नेऊन मोहन म्हणाला,

“माया, मी परत आलो तेव्हा शशी जिवंत होती. काही मिनिटंचं; पण तेवढ्या वेळात तिने मला हे सांगितलं- तिथे आठजण होते आणि तूही होतीस, माया! तूही तूही!” शब्दा शब्दाबरोबर एक चपराक.

मायामध्ये एका क्षणात आमूलाग्र बदल झाला. सुसंस्कृतपणाचा बुरखा गळून पडला. गटारातली संस्कृती उघडी पडली. कोमल वाटणाऱ्या शरीराखाली हा एक हिंस्र, टणक, पिळदार गाभा होता. जे जे तिने आजवर मिळवलं होतं ते ते सर्वंकष संघर्षातून. ती एखाद्या हिंस्र श्वापदासारखी चवताळून उठली. तिच्या तोंडातून अर्वाच्य शिव्यांचा ओघ चालू झाला.

दोन्ही हातांनी मायाला दूर ढकलून देऊन, मोहन मागे सरला. माया स्वतःचा तोल कसा तरी सावरून धापा टाकीत उभी राहिली.

मोहनने खिशातून एक कार्डबोर्डची डबी काढली. त्यातून एक काचेची बाटली आणि थोडासा कापूस काढला, टेबलावर ठेवला आणि बाटलीचं झाकण हलकेच उघडलं. बाटलीतले दोनच थेंब त्याने कापसावर टाकले; कापसातून धूर

आला; कापूस काळवंडला, करपला- आणि मग हातात ती बाटली धरून, मोहन मायाकडे वळला. समोरचा प्रकार ती न कळणाऱ्या, विस्फारलेल्या डोळयांनी पाहत होती.

"माया," मोहन कडवट आवाजात म्हणाला, "एका मिनिटाच्या आत माझ्या प्रश्नांची उत्तरं मला पाहिजेत. मला थांबायला वेळ नाही आणि तुझ्या अंगाला हात लावायची किळस येते. हे ॲसिड आहे माया, अगदी स्ट्रॉंग ॲसिड आहे. शरीराच्या कोणत्याही भागावर एक थेंब जरी टाकला तरी तिथली त्वचा जळेल, उमळून येईल, करपून जाईल, तू जर एका मिनिटाच्या आता बोलायला लागली नाहीस, तर या ॲसिडने तुझा सारा चेहरा जाळून काढीन. तुझं रूप हेच तुझं भांडवल आहे. नाही का माया? जळक्या विद्रूप चेहऱ्याची, फुटक्या डोळयांची माया कशी काय दिसेल?"

मोहन जवळ येत होता. तिच्यावरची त्याची जळती नजर हालत नव्हती. जळत्या ॲसिडची बाटली धरलेला हात कापत नव्हता,

जवळ, आणखी जवळ; पाच पावलांवर; दोन पावलांवर...

त्याची नजर म्हणजे एक दाहक आच होती. एक तीक्ष्ण शस्त्र होतं. त्यापुढे तिचा विरोध वितळला, चुरमडला, नाहीसा झाला, एक हुंदका देऊन, तिने तोंड झाकून घेतलं व धडपडत मागे सरत ती म्हणाली,

"सांगते ! सांगते मोहन; पण तू पुढे येऊ नकोस?"

मोहन थांबला; पण त्याच्या स्तब्धतेतही विलक्षण धमकी होती. माया बोलत होती; घाईघाईने बोलत होती; शब्द जिभेवर अडखळत होते; वाक्यं तुटत होती; संदर्भ विस्कटत होता- पण ती बोलत होती-

"...मोहन, तू एका रविवारी जयदेवबरोबर बाहेर गेलास ना, त्याच दिवशी एक गृहस्थ आपल्याकडे आले. ते तुझी चौकशी करीत होते. त्यांनी आपलं नाव डॉ. सिंग सांगितलं. मागाहून मला कळलं, की ते तुझेच अधिकारी आहेत. त्या वेळी त्यांनी नुसती चौकशी केली; पण मग पुन्हा एकदोनदा ते मला भेटले.. मोहन तू, कलकत्त्यात वागत होतास तसा मुंबईत वागत नव्हतास. तू आपल्या कामात दंग झाला होतास. मी एकटी, एकटी असायची.. मनात तुझा राग होताच.. याच डॉ. सिंगनी एकदोन क्लबांत माझी ओळख करून दिली.. सारा दिवस मी एकटी असायची.. मी तरी काय करू रे?"

तिने क्षणभर त्याच्या चेहऱ्याकडे पाहिले व परत मान खाली घातली.

"त्यांनीच मला सांगितल, की हा जयदेव एका समाजविरोधी अशा गुप्त संघटनेचा सभासद आहे. तो तुझंही मन वळवायचा प्रयत्न करीत आहे. तुझं सारं आयुष्य नासवून टाकायची खटपट करीत आहे. ही समाजव्यवस्था टिकविणं हे माझं कर्तव्य होतं. मला जी काही माहिती मिळेल ती त्यांना पुरवणं हे माझं कर्तव्य होतं आणि म्हणून त्यांनी ती कर्णफुले दिली-"

मोहनच्या उभे राहण्यात आणखी जरा ताठपणा आला.

"मोहन, ती बिनतारी रेडिओ यंत्रं आहेत, त्यातला एक रिसीव्हर आहे आणि दुसरा ट्रान्समीटर आहे. त्यातूनच मला त्यांच्या सूचना येत असत. आता तर मी त्यांच्यातलीच एक बनून काम करीत होते...

...तू त्या दिवशी अचानक घरी परत आलास. तेव्हा घरात कोणीतरी होतं. मोहन! आजकालच्या या दिवसांत तुझ्या पातिव्रत्याच्या कल्पना केवळ जुनाटच नाहीत, तर वेडपट आहेत. तू मला कलकत्त्यात भेटलास तेव्हा तरी माझा व्यवसाय काय होता? आणि तुला कळलं नसलं तर तो तुझा भोळसटपणा होता."

एक क्षणभर तिच्या डोळ्यात रागाची ठिणगी चमकली; पण तिच्यावर रोखलेली मोहनची बर्फाची नजर तशीच होती कठोर, भयंकर...

"तू मला घालवून दिलंस त्याचा मला राग आला नाही, मोहन, माझ्या जागी ही जी बाहुली आणून बसवलीस त्याचा संताप आला! मला दिसत होतं, की ही-ही -शशी-ही शशी तुझ्यावर जिवापाड प्रेम करीत आहे- हां प्रेम! या दिवसांत! तिचा मी द्वेष करीत होते आणि त्यात डॉ. सिंगनी भर घातली. ही शशीही त्या कोणत्यातरी गुप्त संघटनेची सभासद होती म्हणे! विघ्नसंतोषी! सगळं सुरळीत चाललेलं पाहवत नव्हतं वाटत तिला?" माया मोहनकडे पाहत नव्हती, तरीही तिला काहीतरी जाणवलं व तिने मान वर केली. मोहनच्या नजरेत आणखी काहीतरी आलं होतं. ते पाहताच तिने एकदम जीभ आवरली.

"मोहन, त्या दिवशी मी तुमच्याकडे केवळ एक निमित्त काढून आले होते. त्यांनी माझ्याजवळ एक अगदी लहान, मायक्रो ट्रान्समीटर दिला होता. तो मी तुमच्या घरात लपवला. एका खुर्चीच्या हाताला आणि मग तिथलं सारं संभाषण आपोआप इकडे ऐकू यायला लागलं."

ती गप्प बसलेली पाहून मोहन आवळलेल्या ओठांतून म्हणाला,

"पुढे सांग, माया पुढे सांग!"

"त्यांना काय माहिती मिळाली मला ठाऊक नाही. मोहन; पण त्यांच्या मते ती या कटात पूर्ण सामील होती आणि त्याला शासन एकच आहे- मृत्यू! तोही उघड नाही. चारचौघांच्या नजरेआड, कोणताही गाजावाजा न क़रता. संशयिताला बचावाची संधी देणं म्हणजे त्याच्या मताचा प्रसार करणं! हे एक कारण आणि दुसरंही एक, संशयितांकडून आणखी काही माहिती लागण्याचा संभव असतो आणि मग अशी माहिती दिल्यावर त्या लोकांची अवस्था इतरांनी पाहण्यासारखी नसते," माया परत थांबली.

"तेव्हा त्यांनी शशीला संशयित ठरवलं अं?" थंड थंड आवाज.

"मोहन," माया जवळ जवळ ओरडलीच, "माझा त्यात काहीही हात नाही!"

"मग कोणाचा आहे ते सांगा!"

आणि आता माया प्रथमच घाबरलेली दिसली. अगदी खरोखरीची.

"मी नाव सांगितली तर ते माझे हाल हाल करतील, मोहन!" ती अगदी खालच्या आवाजात पुटपुटली, पांढऱ्याफटक चेहऱ्याने.

"आणि नाही सांगितलंस तर मी त्याहूनही भयंकर हाल करीन," मोहन फत्तरी आवाजात म्हणाला आणि त्याने आणखी एक पाऊल पुढे टाकलं.

"सांगते ! थांब!" माया ओरडली, "थांब! जवळ येऊ नकोस!"

मोहन काही न बोलता उभा राहिला, कातळासारखा स्तब्ध.

"डॉ. सिंग होते; पण खरा सूत्रधार जेकब नावाचा एक अँग्लो इंडियन आहे. तो गुप्त पोलिसांपैकी एखादा अधिकारी असावा."

"त्यातला बुटका कोण?" हळू आवाजात प्रश्न...

'तोच तो जेकब. आणखी एकाचेच नाव मला माहीत आहे - नामजोशी. बाकीच्यांची मला काही माहिती नाही. खरंच नाही मोहन,"

"तुला संदेश कसे येतात? काही खूण असते का?"

"नाही, प्रत्येकाचा रेडिओ वेगळा असतो."

"माया, आता एकच विचारायचं आहे. तू तेथे हजर होतीस ना?"

"सुरवातीस होते, मग मला त्यांनी जायला सांगितलं."

“पण काय होणार हे तुला माहीत होतं ना?”

“हो” त्याच्या चेहऱ्याकडे एक नजर जाताच घाईत उत्तर.

“मग तिला सोडवायचा तू काही प्रयत्न का केला नाहीस?”

तिच्यापाशी यावर काही उत्तर नव्हतं. एक क्षणभर मोहन तिच्याकडे पाहत उभा राहिला व मग त्याने ती बाटली बंद केली. परत त्या पुठ्ठ्याच्या डबीत घातली. डबी खिशात घातली.

“चल माया,” तो तुटक आवाजात म्हणाला, एक क्षणभर तिचा आपल्या कानांवर विश्वासच बसेना. मग ती लगबगीने निघाली. दार उघडताना मोहनने तिचा हात आपल्या हातात घेतला.

बाहेरचा कॉरिडॉर निर्जन होता, शांत होता. सर्व भिंती व दारं ध्वनिरोधक असली पाहिजेत, मोहनला वाटलं. एका खोलीचा नंबर त्याने ध्यानात ठेवला होता. खोली नंबर ३.

त्या खोलीपाशी येताच त्याने दारावरचं बटण हलकेच दाबलं. एका मिनिटातच दार उघडलं. दारात एक कृश, फिकट चेहऱ्याचा, उंच माणूस उभा होता. त्याचे डोळे मात्र तापलेले दिसत होते. त्याच्या गालांवर लालसर ठिपके उठलेले होते. डोळ्यात मधूनच एक प्रकारचा धूसरपणा, वेडसरपणाची झाक येऊन जात होती. मायाकडे नजर जाताच त्याचे डोळे एकदम चकाकायला लागले. पातळसर नाकपुड्या थरथरू लागल्या.

“यस्स?” तो किंचित चिरचिऱ्या आवाजात म्हणाला, खोलीच्या आतल्या भागातून एका स्त्रीच्या विव्हळण्याचा आवाज अस्पष्टपणे येत होता. मोहनने मायाकडे एक बोट केलं व एकच प्रश्न विचारला ‘हवी?’

माया दोघांकडे आलटून पालटून पाहत होती. मोहनचा प्रश्न ऐकताच ती एकदम किंचाळली. “नको! मोहन, नको प्लीज! नको” तिने त्याच्या हाताला एक हिसका दिला; पण त्याची पकड बळकट होती.

त्या कृश माणसाचा चेहरा एका सैतानी लालसेने फुलला होता. त्याचे हात थरथर कापायला लागले होते. आताच्या या अवस्थेतही मोहनला त्या माणसाची विलक्षण शिसारी आली. माया किंचाळतच होती. मोहनने तिला दारातून आत ढकललं. दार बंद झाले. तिच्या किंचाळण्याचा आवाज तत्क्षणी बंद झाला.

मोहन तळघराच्या ऑफिसमध्ये आला. गोपाळ तिथे बसला होता.

मोहनच्या चेहऱ्याकडे पाहताच गोपाळ ताडदिशी उभा राहिला.

"गॉड! मोहन! काय झालंय! माया कोठे आहे?"

"पाच एक मिनिटं थांब-" मोहन एका खुर्चीत बसत म्हणाला, त्याच्या सर्व शरीरावरून रोमांचाच्या लहरीमागून लहरी जात होत्या. जीव आतल्या आत गलबलत होता. ऑफिस मॅनेजरही त्याच्याकडे किंचित आश्चर्याने पाहत होता. जरा वेळाने मोहन पुटपुटला.

"गोपाळ, तीन नंबरच टेलिव्हिजन लाव,"

गोपाळने बटण दाबलं, रांगेतला एक चौकोन उजळला.

प्रकाशित खोली, मध्ये एक लांबट स्टीलचे टेबल, त्यावर एक स्त्री संपूर्ण नग्न. तिचे हातपाय टेबलाच्या कडेला बांधलेले होते. तोंडावर जाड कापडाची पट्टी बांधली होती. ती माया आहे हे कळायला त्यांना जरा वेळ लागला. कारण त्यांच लक्ष चित्रातल्या दुसऱ्या आकृतीवर होतं. हातात लखलखतं हत्यार घेऊन वेड्यावाकड्या हालचाली करीत एक उंच काळी आकृती त्या टेबलाभोवती नाचत होती.

वेड लागलेला एक सर्जन...

पुरा पुरा सॅडिस्ट...

१४

शिवदास, मोहन व गोपाळ एका टेबलाभोवती बसले होते. टेबलावर ती दोन कर्णफुलं होती. मायाच्या ब्लॉकमधून मोहनने आणलेली, त्यांची शिवदासांनी आपल्या तंत्रज्ञांकडून तपासणी करवून आणली होती. आता मोहनने त्यांपैकी लाल खूण केलेलं एक आपल्या कानात घातलं, त्याबरोबर एक बारीक; पण स्पष्ट आवाज त्याच्या कानात ऐकू येऊ लागला.

"माया! उत्तर दे! आज रात्री अकराची भेट विसरू नकोस! महत्त्वाचं काम आहे. रिव्हीयरा पॅलेसच्या मधल्या गेटपाशी मी आहे! माया...!"

मोहनने ते कानातून काढताच तो बारीक आवाज बंद झाला.

"अगदी सोपी रचना आहे. एकच वेव्हफ्रिक्वेन्सी, एकच टोन. कानाची ऊब लागली, की सुरू होतं. मायको बॅटरी आहे. तीन तास काम देते." शिवदास कर्णफुलाशी चाळा करीत बोलत होते. मध्येच एकदा वर मान करून त्यांनी मोहनकडे पाहिले. त्याचा चेहरा तसाच थिजलेला होता.

"मोहन, तू अजून विचार बदलला नाही?"

"शिवदास, मी या गोष्टी मोठ्या आनंदाने का करतो आहे! पण मला त्याशिवाय एका पळाचीही विश्रांती मिळायची नाही." तो मान हलवत होता; पण स्वतःशीच, "सूडाची चव ही कडवट असते शिवदास, सगळ्याची तोंडात माती माती होते. पण शशी! शशी..."

"स्टेडी! स्टेडी! मोहन..." शिवदास म्हणाले; पण प्रेमळ आवाजात.

मोहन ताडदिशी उभा राहिला.

"गोपाळ, चल, पावणेअकरा वाजले."

गोपाळने शिवदासांकडे पाहिले. त्यांनी नुसते खांदे उडवले.

रिव्हीएरा पॅलेसची चारशे फूट उंचीची इमारत सप्तरंगी प्रकाशात न्हाऊन निघाली होती. माणूस एकदा त्या इमारतीत गेला, की (खिशात पैसे शिल्लक असेपर्यंत) त्याला तेथे कोणतीही गोष्ट उपलब्ध होती. कोणतीही गोष्ट...

त्यांनी टॅक्सी कोपऱ्यावरच सोडून दिली. मधल्या गेटसमोर ते पोचले तेव्हा

अकराला दोन मिनिटं कमी होती. मध्यम उंचीचा, किरकोळ बांध्याचा एक माणूस एका जाहिरातींच्या काचेला पाठ लावून रस्त्यावरच्या रहदारीकडे पाहत होता. ते दोघे तसेच पुढे गेले. चौकात रस्ता ओलांडून ते परत आले. ते पॅलेसपाशी आले तेव्हा अकरा वाजून पाच मिनिटं झाली होती. तो माणूस अजूनही तिथेच उभा होता. मोहन व गोपाळ यांनी एकमेकांकडे पाहिलं. खुणेची गरजच नव्हती.

"मोहन," गोपाळ हलकेच म्हणाला, "त्याच्याजवळून आत जा आणि जाताना त्याला एक जोराचा धक्का दे. बाकीचं माझ्यावर सोपव."

ते जवळ जवळ यायला लागले तसा त्या माणसाचा चेहरा जास्त जास्त स्पष्ट दिसू लागला. बारीक लुकलुके डोळे, ओबडधोबड अवयव, घामट, सावळा वर्ण... अशा या नादान माणसाने शशीला... शशीला...

एका क्षणात मोहनचा राग उफाळून वर आला. उसनं अवसान आणायची जरुरीच नव्हती. ते त्या माणसाजवळ पोचले, तरी त्याचं लक्ष रस्त्यावरच होतं. मोहन त्याच्या अगदी जवळून गेला आणि त्याचा खांदा त्या माणसाला इतक्या जोराने लागला, की त्याचा तोलच गेला. मोहन मागे न पाहता तसाच दोन पावलं पुढे गेला.

स्वतःला सावरत तो माणूस जोरात ओरडला, "ए आंधळ्या! दिसत नाही का? धक्के देतो बदमाष!" तो आणखी काही बोलायच्या आत गोपाळ त्याच्यापाशी येऊन पोहोचला. त्याचा उजवा खांदा गोपाळने डाव्या हातात धरून खेचला. तो गर्रकन वळला. गोपाळचा हात वर गेला होता. तो उभाच्या उभा त्या माणसाच्या कानशिलाखाली सपदिशी आला. कमीत कमी शक्तीत जास्त इजा करणारा हा तडाखा होता. तो माणूस उभाच्या उभा खाली कोसळला. चार माणसे जमायच्या आत गोपाळने त्या माणसाच्या दोन्ही कानांतली कर्णफुलं काढून खिशात घातली होती.

झाला प्रकार इतक्या झटपट झाला, की काय झालं हेच कोणाला कळलं नाही, चार माणसं जमून चौकशी करायला लागली. त्याआधी गोपाळने खिशातून एक व्हायल काढून, त्या माणसाच्या नाकाशी धरली होती, "त्याला हवा मिळू द्या," गोपाळ म्हणत होता. "त्याला कसला तरी स्ट्रोक आलाय, इतक्यात शुद्धीवर येईल."

गोपाळने त्याला नीट आडवा केला. दोन मिनिटं वाट पाहिली आणि मग तो मोहनला म्हणाला, "एखादी टॅक्सी थांबव; आपण त्याला घेऊन जाऊ,"

काही जबाबदारी यायला नको म्हणून बघे लोक मागे सरले, गोपाळ व मोहननेच त्याला टॅक्सीत घातलं.

गोपाळने ज्या खोलीत त्या माणसाला आणलं ती खोलीही मोहनला अपरिचित होती. त्या माणसाला एखाद्या निर्जीव ओझ्यासारखं एका खुर्चीत ढकलताना गोपाळ म्हणाला, "अजून अर्धा तास तरी तो शुद्धीवर यायचा नाही. खात्री करण्यासाठी मी त्याला गुंगीचा गॅस दिला आहे."

ते दोघं शेजारच्या खोलीत थांबले. गोपाळ निर्विकारपणे; मोहन अस्वस्थ, अधीर, उत्कंठित अशा अवस्थेत. सुमारे, चाळीस मिनिटांनी त्या माणसाची थोडीशी हालचाल सुरू झाली. चारपाच वेळा गार पाणी तोंडावर मारल्यावर त्याची गुंगी एकदम उतरली. काही वेळ तो समोरच्या दोघांकडे पाहत राहिला व मग गुरगुरला.

"हा काय डॅंबिसपणा आहे?"

त्याच्या प्रश्नामागोमाग गोपाळचा तडाखा आला.

"वटवट नको, हे विचारतील त्या प्रश्नाचे उत्तर दे."

"च्यायला! हा काय-" पुन्हा एक थप्पड.

"वटवट नको, विचारल्या प्रश्नांची उत्तर दे."

त्याचा जोर बराचसा ओसरला. तो मोहनकडे पाहू लागला.

"शशी माथूर!" नाव ऐकताच तो एकदम सावध झाला होता. जरा वेळ तो काहीच बोलला नाही. मोहनचा आवाज आणखी खाली गेला. "आम्हाला फार वेळ नाही. लवकर माहिती हवी."

मोहनच्या चेहऱ्यात किंवा आवाजात असं काहीतरी होतं, की त्याने त्या माणसाच्या डोळ्यात प्रथमच भीतीचा उदय झाला. तरीही त्यानं उसनं अवसान आणण्याचा अखरेचा प्रयत्न केलाच.

"शशी माथूर! कोण शशी माथूर? मला काही माहिती नाही."

"हाण रे!" मोहन म्हणाला आणि गोपाळचा टोला आला. नेमक्या जागी, नेमक्या जोराने, दिसायला साधा; पण मर्मी घाव घालणारा. गोपाळ अर्धा मिनिट थांबला; तरी तो माणूस बोलत नाही. असं पाहताच गोपाळ परत पुढे झाला. एका मिनिटात त्याने त्या माणसाला जमिनीवर गडबडा लोळायला लावलं. काही दणके मानेवर होते. काही कमरेच्या खाली होते. तो माणूस "थांबा! थांबा! थांबा! सांगतो! सांगतो!" ओरडत असतानाही गोपाळचे दणके

चालूच होते. शेवटी मोहनने त्याचा हात आवरला. गोपाळ मागे सरला, त्याचा श्वाससुद्धा जोराने येत नव्हता.

पोट आणि खालचा भाग दाबून धरून, तो माणूस जमिनीवर गडबडा लोळत होता. हुंदके देत होता.

"हा पोरखेळ नाही! प्रश्नांची उत्तरं दे! झटपट दे!" गोपाळ म्हणाला आणि त्या माणसाची कॉलर धरून त्याने त्याला बसता केला.

"तुझ नाव काय?" मोहनचा थंड प्रश्न.

तो माणूस जरा वेळ काही बोललाच नाही.

"तू त्या प्रकरणात सामील होतास की नाही?"

"हो."

"आणखी कोणकोण होतं?"

"मला-मला-मारतील! मी बोललो तर.."

"बोलला नाहीस तर त्यांच्यासाठी थांबावंच लागणार नाही!"

"मी, माया, नामजोशी, जेकब, डॉ. सिंग, ..." तो थांबला.

"आणखी?" मोहनचा प्रश्न चाबकाच्या फटकाऱ्यासारखा आला. तो जरासा घुटमळला, गोपाळ पुढे सरकताच घाईने बोलायला लागला.

"पर्वते, कदम आणि आणखी एक. त्याचं नाव मला माहिती नाही."

"तुझं नाव सांगितलं नाहीस अजून," गोपाळ म्हणाला,

"माझं नाव कशाला? मी केवळ एक नोकर आहे-" तो अगदी काकुळतीला आला होता. पुढे सरकत मोहन म्हणाला,

"पुढे आपल्यावर काही शेकू नये यासाठी ही धडपड असली तर ऐक. या खोलीतून तू जिवंतपणी बाहेर जाणारच नाही आहेस."

"म्हणजे ?" भीतीने विस्फारलेले डोळे...

"मग सांगतो! आधी तुझं नाव सांग."

"चांदोरकर,"

"तुमच्यातला बुटका कोण आहे?"

"जेकब."

मोहन गोपाळकडे वळला. आतून आलेल्या संतापाच्या लाटेने त्याचा चेहरा विकृत झाला होता. तो गोपाळच्या कानात काहीतरी कुजबुजला. गोपाळचा चेहराही त्या शब्दांनी क्षणभर पांढरा पडला व मग त्याने सावकाश होकारार्थी

मान हलवली. चांदोरकर त्या दोघांकडे भयभीत नजरेने पाहत होता. ते दोघं त्याच्याकडे वळले तेव्हा त्याने त्या दोघांचे निर्दय, कठोर, थिजलेले डोळे पाहिले आणि आयुष्याची उरलीसुरली आशा ओघळून गेली.

वीस एक मिनिटांनी गोपाळ व मोहन त्या खोलीचे दार उघडून बाहेर आले. तोपर्यंत आतल्या किंचाळया थांबल्या होत्या. आपल्यामागे त्यांनी दार व्यवस्थित बंद करून घेतलं. ते निघून गेले.

खोलीत पाण्याचा नळ सुटल्याचा आवाज ऐकू येत होता. बेसिनमध्ये नळ सुटला होता. बेसिनमधलं पाणी लालभडक होतं कारण बेसिनवरच छताच्या हुकाला उलटा टांगलेला चांदोरकर होता. त्याचे दोन्ही हात एकत्र बांधलेले होते. दोन्ही मनगटांवरच्या आर्टरी कापलेल्या होत्या. शरीरातलं बहुतेक सर्व रक्त वाहून गेलं होतं. आता उरलंसुरलं थेंबथेबांनी ठिपकत होतं. बेसिनमधलं पाणी लाल करीत होतं. फिरणाऱ्या पाण्याबरोबर वाहून जात होतं...

चांदोरकरच्या कर्णफुलातूनच नामजोशीचा तपास लागला. त्यांनी प्रत्यक्ष ताब्यात घेईपर्यंत त्याला काहीच शंका आली नाही. नामजोशी-पस्तीस वयाचा, संधिसाधू, जमावात शूर आणि एकटा असताना भित्रा, नामजोशी शशी माथूरचे नाव ऐकताच थरथर कापायला लागला. त्याच्याकडून माहिती काढायला त्यांना फार वेळ लागला नाही. जेकबच्या घराचा पत्ता आणि आठव्या माणसाचं नाव त्यांना समजलं. वेंकट या नावाचा तो एक दक्षिणी होता. नामजोशी गेला. दयेसाठी विनवण्या करीत, रडत, ओरडत गेला. पण गेला..

पर्वते आणि कदम शासनात कोणत्यातरी साधारण हुद्यावर होते. जेकबचे हस्तक, त्यांनी असे अनेक गुन्हे केले होते; पण त्यांच्यावर खास वेळ घालवायची मोहनची इच्छा नव्हती. त्यांची ओळख पटायला काय वेळ लागला तेवढाच. रात्रीच्या वेळी शरीराची भूक भागविण्यासाठी दोघांना मुंबईतल्या काही खास विभागात यायची सवय होती. एका अंधाऱ्या रात्री ते परत जात असताना आडरस्त्यातून अचानकपणे दोन काळया आकृती त्यांच्यासमोर उभ्या राहिल्या. अंधारात प्रकाशाच्या दोन फुल्या फुलल्या आणि दोन दबलेले अर्धवट आवाज आले.

काय होत आहे हे कळायच्या आतच दोघंही खाली कोसळले.

सकाळी गुन्हे उघडकीस आले, तेव्हा तेथल्या वस्तीत काही वेळ खळबळ माजली; पण त्यांना अशा अत्याचारांची सवयच होती.

वेंकटचा त्यांना काही केल्या शोध लागेना. डॉ. सिंगची गाठ अगदी शेवटी

घ्यायचा मोहनचा विचार होता. सिंगला प्रायश्चित्त देण्यात त्याला एक आसुरी आनंद मिळणार होता. जीवनात वाट पाहण्यासारखा तो एकच प्रसंग होता. तेव्हा आता जेकब...

जेकबचा प्रश्न कठीण होता. तो इतरांसारखा साधा माणूस नव्हता. शासनातला एक अधिकारी होता. सर्व माहिती त्याच्यापर्यंत येऊन पोहोचत होती. गेल्या काही दिवसांत माया, नामजोशी, पर्वते, कदम, चांदोरकर, एवढी माणसं ठार मारली गेली होती. जेकबच्या लक्षात हा संबंध येईल का? ही सर्व माणसं शशी माथूरच्या प्रसंगात गोवली गेली होती. यावरून तो योग्य तो निष्कर्ष काढील का? तो सावध झाला असेल का?

ते दोघं मदतीसाठी शेवटी शिवदासांकडेच वळले. गेल्या पाचसहा दिवसांत शशीच्या मृत्यूपासून शिवदास एकदम खचल्यासारखे झाले होते. एक आंतरिक ऊर्मी त्यांना आधार देत होती खरी; पण असं वाटत होतं, की ते उधारीवरचं आयुष्य जगत आहेत. कितीतरी वेळा मोहनला दिसलं, की ते तासच्या तास कोठेतरी शून्य दृष्टी ठेवून असलेले असत...

स्वतःच्या मनःस्थितीवरून त्यांच्या अंतरंगात काय कोलाहल माजत असला पाहिजे याची त्याला पुरी कल्पना करता येत होती. शशीचा त्याचा संबंध अवघ्या तीन महिन्यांचा. तरी तो तिच्यासाठी वेडा झाला होता आणि मग शिवदासांचं काय? ती तर त्यांची प्रत्यक्ष पोटची पोर! तिची अशी अवस्था झालेली पाहून, त्यांना काय वेदना होत असतील?

त्यांना विचारताना क्षणभर त्याला संकोच वाटला; मग हाही विचार मनात आला. या सूडाच्या कार्यात त्यांचाही प्रत्यक्ष हातभार लागू दे!

योग्य असा उपाय सुचवायला शिवदासांना पाचसहा तास विचार करावा लागला. शेवटी ते थकलेल्या आवाजात म्हणाले,

"मोहन, या जेकबला बाहेर आणू शकेल असं एकच आकर्षण आहे आणि ते म्हणजे तू! तू स्वतः मोहन! त्याचे चार अधिकारी तू मारले आहेस. आणखी पाच सहकाऱ्यांचा बळी घेतला आहेस. तुझा आपल्या हाताने काटा काढायची संधी तो कधी दवडणार नाही! पण तुला धोका आहे."

"धोक्याचं विसरा, शिवदास, तुमच्या मनात काय आहे ते सांगा!"

"तुझा ठावठिकाणा त्याच्या कानावर योग्य मार्गाने गेला, तर तो आपण होऊन तिथे हजर होईल! जागा आपल्याला निवडता येईल!"

❖❖❖

१५

काळ्या ढगांनी भरलेल्या आकाशाच्या पार्श्वभूमीवर मुंबईचे सहस्त्ररंगी दिवे लखलखून उठत होते. काही एका ठरावीक उंचीपर्यंतचे ढग निर्भारित करून, मानवाने स्वतःभोवती एक छोटीशी पोकळी तयार केली होती; पण निसर्गाच्या अफाट जलचक्राला याची दादही नव्हती. ढगाचं काळं पटल मैलोन्‌मैल पसरलं होतं.

अशा या शांत, कुंद, दमट संध्याकाळी एक रुंद; पण बुटकी व म्हणून विकृत वाटणारी आकृती एका आडरस्त्याने चालली होती. सर्व भूभाग वस्तीने व्यापला; तरीही त्यात अशी काही ओसाडपणाची बेटं होतीच. कोणा लक्षाधीशाने आटापिटा करून जपणूक केलेला बंगला, आवार...

पी. ब्रँचचा जेकब त्या बंगल्याच्या रोखाने चालला होता. आपल्या बळावर त्याचा पूर्ण विश्वास होता. या बदमाष मोहन संतविषयी त्याने जे काही ऐकलं होत त्याने तर त्याच्या मनातील तुच्छता वाढलीच होती. सदान्‌कदा प्रयोगशाळेत, लायब्ररीत डोकेफोड करीत बसणारा एक यःकश्चित संशोधक, त्याचा आपल्यापुढे काय पाड लागणार? तो मनाशी विचार करीत होता.

त्याला जो निरोप मिळाला होता, तो असा होता : 'गेले कितीतरी दिवस मोहन संत या एका बाजूच्या बंगल्यात लपून बसला आहे. पोलिसांचं लक्ष जरा कमी झालं, की मुंबई सोडून जायचा त्याचा विचार आहे. येथेही तो अत्यंत सावधपणाने राहत असतो. त्याला जरासा जरी संशय आला, तरी तो आत्महत्या करील; जिवंत सापडणार नाही...

जेकबच्या अत्यंत विश्वसनीय अशा मार्गाने हा संदेश आला होता. त्यावर शंका घ्यायचं त्याच्या मनातही आलं नाही.

बंगल्याच्या फाटकापाशी जेकब थांबला. त्याचे लहान. काळेभोर डोळे बंगला, आवार, आसपासचा भाग यांवरून फिरत होते. सर्वत्र शांतता होती. पूर्ववादळी, कुंद हवेत झाडं पानं खाली सोडून निश्चल उभी होती. पक्ष्याचीही चाहूल लागत नव्हती. काळ्या ढगाच्या पार्श्वभूमीवर रेखलेला बंगला एखाद्या

चित्रासारखा वाटत होता; पण वातावरणातील ही तरल नाट्यमयता जेकबच्या जड, पार्थिव मनापलीकडची होती. त्याचा मेंदू तीक्ष्ण होता. सावध होता; पण हा तीक्ष्णपणा एखाद्या जनावरासारखा होता. हिंस्र, शिकारी जनावरासारखा.

बंगल्याची दारं-खिडक्या सगळं बंद होतं. मोहन संत जर खरोखर आत असेल तर त्याला एखाद्या कोंडीत सापडलेल्या श्वापदासारखं वाटत असलं पाहिजे. जेकबला वाटलं, तो एकदा हातात तर सापडू दे...

एक फार फार जुनी, क्रूर समाधानाची भावना मनावरून गेली.

जेकब आवारात शिरला, खाली वाळकी पाने, भुसभुशीत माती होती. त्याच्या क्रेपसोलचा यत्किंचितही आवाज होत नव्हता.

बंगला जवळ आला. अजून तीच शांतता, तोच शुकशुकाट

जेकब दारापाशी एक क्षणभरच घुटमळला. मग त्याने कमरेचं पिस्तूल बाहेर काढलं, एका हाताने दार हलकेच ढकललं. आवाज न करता दार आत उघडलं. आत अंधार होता.

जेकब आत आला. आपल्यामागे त्याने हलकेच दार लोटून घेतलं; पण दाराला कसलंतरी ऑटोमॅटीक कुलूप लावलं असलं पाहिजे. कारण दोन्ही दारांचा स्पर्श होताच 'कट' असा आवाज झाला. जेकबच्या सरावलेल्या मेंदूला धोक्याची सूचना मिळाली.

गर्रकन वळून त्याने दार उघडायचा प्रयत्न केला; पण दाराला आतून कडी, कोयंडा, बोल्ट, मूठ, काहीच नव्हतं. त्याचा हात गुळगुळीत पृष्ठभागावरून नुसता फिरत होता, धोक्याची जाणीव आणखी तीव्र झाली. हा एखादा ट्रॅप तर नाही ना? प्रथमच एक शंका त्याच्या मनात डोकावून गेली; पण तो डगमगला नाही. तो यापूर्वी अशा अनेक बिकट प्रसंगांतून गेला होता.

खोलीत अगदी मिट्ट अंधार होता. आपण बरोबर टॉर्च आणला नाही याची जाणीव आता जेकबला झाली. तो हलकेच मागे सरला आणि तेथून भिंत हाताने चाचपून पाहत त्याने खोलीची चारही बाजूंनी तपासणी केली. दोन दारं सोडली तर त्याच्या हाताला इतर काहीही लागलं नाही. गुडघ्यावर खाली बसून, त्याने खोलीची जमीन तपासली. जमिनीवर कसल्यातरी उबदार मऊसर पदार्थाचा स्पर्श होत होता. प्लॅस्टिकची कारपेट असावी, त्याने तर्क केला. खोलीत इतर कोणतंही सामान नव्हतं. फर्निचर नाही, काही नाही.

बंगल्यात आल्यावर अर्ध्या तासाने तो परत एकदा या खोलीत येऊन बसला होता. बंगल्यातल्या पाचही खोल्या त्याने याच पद्धतीने अगदी बारकाईने तपासल्या होत्या. सर्वत्र अंधार होता. कोठे प्रकाशाची चीरसुद्धा दिसत नव्हती. बाहेरून दिसलेल्या खिडक्या एक तर कृत्रिम, नकली असल्या पाहिजेत किंवा त्या आतल्या बाजूने अगदी बेमालूम बंद केल्या असल्या पाहिजेत. त्याची खात्री झाली. आता प्रथमच त्याच्या मनाला भीतीचा स्पर्श झाला. हा प्रसंग वाटतो तितका साधा नाही. त्याची हळूहळू खात्री पटायला लागली होती. स्वतःशी काही वेळ विचार केल्यावर त्याने ठरवलं, की आता आपल्या मदतीसाठी कोणाला तरी बोलवायची वेळ आली आहे. गुन्हेगारीच्या इतक्या अनुभवानंतर आपण एखाद्या नवशिक्यासारखे या सापळ्यात अडकलो ही गोष्ट आता सर्वांना समजणार व आपले हसू होणार हे त्याला कळत होतं; पण आताची वेळ त्याचा विचार करायची नव्हती...

खरं म्हणजे कोणताच विचार त्याला नकोसा वाटत होता. सर्व हालचालींत एक जडपणा आल्यासारखा वाटत होता. डोक्यातही जरासा सुन्नपणा आल्यासारखा वाटत होता. त्याने कानातला ट्रान्समीटर काढला; त्यावरची बटणं अगदी लहान होती. जड झालेल्या हातांना ती नीट सरकवताही येत नव्हती. हात व बोटं शिशाची किंवा ओल्या मातीची केल्यासारखी बधिर, जड, कुचकामी वाटत होती. एक क्षणभरच त्याचा मेंदू खडबडून जागा झाला, गुंगीच्या गॅसची भयानक कल्पना मनात आली; त्याने अखेरची धडपड केली; पण तोपर्यंत वेळ निघून गेला होता. हात पूर्ण बधिर झाले; ट्रान्समीटर खालच्या अंधारात कोठेतरी पडलाः दोन मिनिटांत जेकबही खाली बसला आणि मग कोलमडला...

त्याच्या मनावरची ही बेशुद्धीची भरती हळूहळू ओसरली; आपण कोठे आहोत हे त्याला बराच वेळ समजेनाच आणि मग एकदम आठवण आली, धडाडत आली. सर्व मन एकदम साफ झालं. आपला मदतीचा शेवटचा प्रयत्न आठवला. ट्रान्समीटर; तो खाली कोठेतरी पडला होता. त्याने आसपासची जागा चाचपून पाहिली. त्याच्या हाताला काही लागलं नाही. एक प्रकारच्या भययुक्त उतावीळपणाने तो खाली सगळीकडे चाचपून पाहू लागला... हाताला सर्वत्र तो मऊसर गालिचा लागत होता. ...ट्रान्समीटर नाहीसा झाला होता.

मनात एक भयानक शंका येऊन, उजवा कान चाचपला. तेथील रिसीव्हरही गेला होता. एकदम उभा राहून, थरथरत्या हातांनी त्याने आपलं सर्व

अंग तपासलं, घड्याळ, कमरपट्ट्यातलं पिस्तूल, कमरेचा चाकू, सुरा, ओळखीची चकती, कागदपत्रं सगळंच गेलं होतं.

तो येथे किती वेळ होता? बेशुद्ध किती वेळ होता? त्या वेळात कोणीतरी येऊन त्याचं सर्व सामान घेऊन गेलं होतं. आता बाहेरच्या जगाशी त्याचा सर्व संबंध तुटला होता. बचावाचं साधन हाती राहिलं नाही. या, या मोकळ्या अंधाऱ्या घरात तो एकटाच होता.

आसपासच्या अंधाराला आता भीतीचा गर्भ आला होता.

जेकबचा तीक्ष्ण मेंदू अतिशीघ्रतेने विचार करीत होता. आलेल्या या अनपेक्षित आपत्तीतून कसं सुटावं याचा शोध घेण्यात गर्क झाला होता. त्याची ही विचारशृंखला एका अचानक आलेल्या आवाजाने तुटली. आवाज इतका अवचितपणे आला, की त्याचं लक्ष एकत्रित होण्यापूर्वी काही शब्द गेलेही होते. आवाज यांत्रिक, क्षेपित, खूप मोठा होता.

"...साठी तुला येथे आणलं आहे, जेकब, शशी माथूर आठव. जेकब, त्या असहाय अबलेला तुम्ही सर्वांनी हाल हाल करून ठार मारलंत. तुमच्या या क्रूर कृत्याचा तुम्हांला कोणी जाब विचारणार नाही अशा गुर्मीत तुम्ही होता; पण तुम्ही मला विसरलात. मी, मोहन संत लॅबोरेटरीत काम करणारा एक यःकश्चित, पांढरपेशा संशोधक! तुम्हाला वाटलं, मी काय करू शकणार आहे? मग आता पाहा! माया गेली, चांदोरकर गेला, नामजोशी गेला, पर्वते गेला, कदम गेला, ...आता तू जेकब! आणि मग शेवटी डॉ. सिंग."

तो आवाज थांबला; पण जेकबच्या डोक्यात त्या शब्दांनी विलक्षण काहूर उठवलं होतं. या साऱ्या गोष्टींचा आपण आधी विचार करायला हवा होता. त्याला वाटलं. आता ती संधी गेली, कायमची गेली...

कायमची गेली? मनात एक वेडी आशा आली. यांच्याशी काही सौदा करता येणार नाही का? पुरेशी किंमत दिली तर ते आपल्याला सोडणार नाहीत का? त्याच्या हाती सत्ता होती, पैसा होता, साधनं होती...

"मोहन! मोहन संत! माझं ऐक! हा काही वैयक्तिक द्वेष नाही ! तू काही माझा शत्रू नाहीस! माझं ऐक ! जर मला सोडून दिलंस तर..."

जेकब बोलत असतानाच स्पीकरचा आवाज पुन्हा येऊ लागला...

"आम्ही तुला येथेच ठेवणार आहोत, अंधारात एकटा, अगदीच एकटा नाही. तुला सोबत मिळणार आहे. त्यांतले काही तुझ्या परिचयाचे होते. त्यांचा तू नाश केलास. ते तुझ्या सोबतीला येणार आहेत..."

एक कटु, जहरी सत्य जेकबला उमगलं, त्यानी माझे शब्द ऐकले नाहीत. ऐकण्याची काही व्यवस्थाही केलेली नाही. त्यांना माझ्या प्रतिक्रियेत काही स्वारस्य नाही. मला माझ्या कृत्याचा पश्चात्ताप होतो की नाही, मी चुकांची कबुली देतो का नाही, कशातच त्यांना स्वारस्य नाही. त्यांनी मला आधीच गुन्हेगार ठरवून शिक्षाही दिली आहे!

स्पीकरचा आवाज येतच होता...

"या तुझ्याच ऑफिसमधल्या टेप आहेत जेकब. तुझ्या सहकाऱ्यांचा, तुझ्या संभाव्य शत्रूंचा तू छळ केलास, त्या प्रसंगाची ही रेकॉर्डिंग आहेत. ती ऐक. तुझ्या जुन्या आठवणींना उजाळा मिळेल..."

आणि मग ते आवाज सुरू झाले.

किंचाळ्या, विनवण्या हुंदके...

वेदनेच्या अंतिम सीमेवरचे मानवी जीव.

मिनिटांमागून मिनिटं, तासामागून तास. सतत, सतत...

कशानेही जेकब ते आवाज थांबवू शकत नव्हता. ते कोठून येत होते, हेही त्याला समजत नव्हतं. स्थळकाळाची जाणीव गेली. आवाजाच्या त्या तीक्ष्ण सुईने एखाद्या पाखरासारखा तो येथे जखडून ठेवला गेला होता. फत्तरी काळजाचा भुगा झाला. नसांचा पोलादी पीळ उलगडला.

काही तासांनी-किती? कोणास ठाऊक! जेकबही त्या अंधाऱ्या घरात ओरडायला लागला. किंचाळायला लागला, रडायला लागला.

कालचक्र एकेक अंकुश रोवीत उलटत होतं. त्या घरात ते भयंकर आवाज घुमत होते. आत एक वेडापिसा जीव भिरभिरत होता. अंगावरच्या कपड्यांची लक्तरं झाली होती. हातांची नख निघाली होती. बोटं रक्तबंबाळ झाली होती, शरीरावर ठिकठिकाणी लहानमोठ्या जखमा होत्या. डोक्यावरचे केस उपटले गेले होते.

आवाजाचा एक प्रवाह व त्यात गटांगळ्या खाणारं एक असंदर्भ स्मृतिहीन, वेडंपिसं मन...

बहात्तर तासांनी त्यांनी दार उघडलं. आधी त्यांना जेकब दिसलाच नाही. खोल्या शोधता शोधता अगदी मागच्या खोलीत त्यांना तो दिसला किंवा ते दिसलं. कारण त्याला आता 'माणूस' ही संज्ञा शोभत नव्हती.

पांढऱ्या केसांचं, सुरकुतलेल्या चेहऱ्याचं, विस्फारलेल्या डोळयांचं, हातापायांची उराशी जुडी करून बसलेलं एक जनावर...

❖❖❖

१६

डॉ. सिंग अत्यंत नेटके, नियमित सवयीचे गृहस्थ होते. कधी घाई नाही. गडबड नाही; कपड्यांची इस्त्री हललेली दिसायची नाही. चेहरा नेहमी साफ गुळगुळीत, स्पीक् अँड स्पॅन, एखाद्या मांजरासारखे. डोळेही तसेच होते. धूर्त, चाणाक्ष, हिशेबी. हजारो लोकांशी त्यांचा विविध कारणांनी संबंध आला होता; पण कोणाचाही त्यांच्या खासगी आयुष्यात प्रवेश झाला नव्हता. ते एक वेगळंचं अलिप्त जग होतं. बाहेरच्या आवरणामागचा, आतला, खरा माणूस कसा आहे याची कोणालाच कल्पना नव्हती. स्वतःची आब राखून घेणारा माणूस.

सकाळी आठचा सुमार होता. डॉ. सिंग आपल्या फ्लॅटच्या बाहेर पडायच्या विचारात होते. ते एकटे राहत असत. कराराच्या किंवा विवाहाच्या, कोणत्याच स्त्रीला त्यांच्या घरात स्थान नव्हतं. एकदा ते बाहेर पडले, की रात्रीच झोपायलाच परत येत. फ्लॅटवर शेवटची नजर टाकून बाहेर पडणार तोच व्हिजीफोन खणखणला. डॉ. सिंगच्या चेहऱ्यावर त्रासिकपणाची भावना उमटली. त्यांना घरी फोन करणारांची संख्या फार थोडी होती. ते फोनजवळ आले आणि त्यांनी बटण दाबलं. वरचा चौकोन प्रकाशित झाला आणि त्यात एक चेहरा आला. एका तरुणाचा चेहरा...

पुढे काय करायचं हेच कळू नये असे फार फार थोडे प्रसंग डॉ. सिंगवर आले होते. कारण त्यांच्या हिशेबी मनात पुढच्या सर्व शक्यतांचा पुरेपूर विचार आधीच झालेला असायचा. आता मात्र त्यांच्या मनाचा तोल एक क्षणभर गेला. डोळे एकदम आश्चर्याने विस्फारले. क्षणभर त्यांना असा भास झाला, की आपण एक दैवी, अमानवी घटना पाहत आहोत.

आणि मग त्यांनी स्वतःला सावरलं. बारीक डोळ्यांनी ते समोरच्या काचपट्टीतला चेहरा पाहू लागले. मोहन संत! चेहऱ्यावर एक ताण होता, डोळ्यात एक तापट लाली होती. चेहऱ्यावरच्या रेषाही कठोर झाल्या होत्या; पण तरीही मोहनच! साधा, सरळमार्गी मोहन!

"तुम्हाला आश्चर्य वाटलेलं दिसत नाही. डॉ सिंग!" मोहन म्हणाला आणि

त्याच्या शब्दांनी किंवा त्याच्या आवाजाने त्यांना पहिला धक्का दिला. हा त्याचा पूर्वीचा आवाज नव्हता. हा आवाज संस्कारित, घडवलेला, धार आलेला, कणखर, पोलादी होता.

"मला माहीत होतं, की तू जिवंत आहेस, मोहन."

"आणि मी तुम्हाला फोन केल्याचं आश्चर्य वाटत नाही?"

"मी त्यावरच विचार करीत आहे, मोहन"

"खुशाल विचार करा; पण हा कॉल ट्रेस करायचा प्रयत्न करू नका. हा कॉल ट्रेस होणार नाही."

"तू पंकजला सामील झाला आहेस." ते एक विधान होतं, ज्यानं मोहनच्या डोळ्यात रागाचं एक स्फुल्लिंग चमकून उठलं.

"तुम्हीच मला तिकडं ढकललंत, डॉ. सिंग!"

"हा आरोप जरा चमत्कारिक नाही का?" त्यांच्या भुवया आश्चर्याने वर गेल्या होत्या, नाटक असलं तर ते बेमालूम होतं.

"मी प्रामाणिकपणे काम करीत होतो, तसाच काम करीत राहिलोही असतो; पण तुम्ही मायाला फितवलं, व्यसनांच्या नादी लावलं. मी तिला हाकलून दिल्यावर तिला तुमच्या हेरखात्यात घेतलंत." मोहनच्या डोळ्यांत संतापाचा भडका उडाला होता. त्याच्या कपाळावरची शीर धडधड उडत होती "आणि मग तिला माझ्या घरी पाठवलंत-ट्रान्समीटर बसवायला!"

डॉ. सिंग काहीच बोलले नाहीत.

"आणि मग माझ्या शशीला तुम्हीच फसवून नेलंत!" मोहन अगदी हलक्या आवाजात बोलत होता. "तिला तुम्हीच जेकब आणि त्याचे बदमाष साथीदार यांच्या हवाली केलंत!"

"तू बरीच माहिती गोळा केलेली दिसतेस!"

"तुम्ही माझा एकही आरोप नाकारत नाहीत, डॉ. सिंग!"

"शासनाच्या कामात काही जण दुखवायचेच, मोहन!"

"ही एक थाप आहे आणि ते तुम्हाला माहीत आहे. या थापांनी तुम्ही स्वतःला फसवत असाल, लोकांना फसवू शकत नाही! मला तर नाहीच नाही!"

"आणि तू काय करणार आहेस?" आवाजात किंचित तुच्छता.

"काय करणार आहे ! डॉ. सिंग मला काय करायचं होतं ते मी केलंही आहे." पुन्हा एकदा त्याच्या आवाजाला ती धार आली होती जी डॉ.सिंगना

अस्वस्थ करत होती. "डॉ. सिंग, शेवटच्या काही क्षणांत शशीकडून मला काही भयंकर गोष्टी समजल्या. तिला पळवून नेणाऱ्यांत, माहितीसाठी तिचा छळ करणाऱ्यांत, तिची अब्रू घेणाऱ्यांत तुम्हीही होतात!..." भावना अनावर होऊन मोहन काही क्षण गप्प बसला.

आणि मग त्याचा हलका, जहरी, धारदार आवाज आला.

"डॉ. सिंग, ऐका! मी मायाला आधी हातात घेतलं. तिच्याकडून सर्वांची नावं काढली व मग तिला एका वेड्या, सॅडिस्ट सर्जनच्या हवाली केलं. तो तिचे अनन्वित हाल करून तिला मारणार आहे! चांदोरकर माझ्या हाती आला. त्याच्या मनगटातील आर्टरी कापून मी त्याच्या राक्षसी शरीरातील रक्ताचा थेंब नि थेंब बाहेर सोडून दिला. पर्वते, कदम, नामजोशी - सारे किड्यामुंग्यासारखे ठार केले, मग जेकबला पकडला. त्याची अवस्था पाहा. तो तुम्हाला ओळखू येणार नाही. त्याचे केस पिकले आहेत. चामडी सुरकुतली आहे. मी त्याच्या मेंदूच्या ठिकऱ्या ठिकऱ्या उडवल्या आहेत. तो ठार वेडा झाला आहे. पुढचं आयुष्य जनावरासारखं काढणार आहे आणि आता तुमची पाळी. डॉ सिंग!"

मोहनच्या प्रत्येक वाक्यागणिक डॉ. सिंगच्या चेहऱ्यात सूक्ष्म बदल होत होता. गौरवर्णी गालावर किंचित लालसर ठिपके उमटले होते. डोळ्यात एक नवाच कठीणपणा आला होता. ओठ आत दुमडून घेतले होते. चित्रपट्टीत मोहनला त्यांचे हात दिसत नव्हते, नाहीतर त्याला दिसलं असतं, की त्यांच्या हाताच्या मुठी घट्ट आवळल्या आहेत. बोटं अगदी पांढरीफटक पडण्याइतक्या घट्ट. ते मोठ्या प्रयासाने स्वतःला काबूत ठेवत होते. मोहन गप्प बसल्यावरही ते काही वेळ गप्पच उभे राहिले.

"मला माहीत आहे डॉ. सिंग, तुमचा या साऱ्यावर एकदम विश्वास बसणार नाही. तुम्ही तपास करा. चौकशी करा. शशीचा बळी घेणाऱ्यांचा निःपात करायचा माझा निश्चय आहे आणि त्याला कोणीही अपवाद नाही. तुम्हीही नाही. डॉ. सिंग!"

मोहनचा चेहरा दिसेनासा झाला. चित्रपट्टी निर्जीव झाली.

कामाचे सर्व विचार डॉ. सिंगच्या डोक्यातून पार नाहीसे झाले होते. त्यांनी खिशातली एक लहान डायरी काढली. त्यात काही सांकेतिक शब्द होते. त्यावरून मिळालेल्या नंबरांना त्यांनी फोन केला. मोहनने सांगितलेलं सर्व सत्य

होतं असं त्यांना समजून आलं; पण ही चाचणी औपचारिक होती. मोहन बोलत असतानाच त्यांची खात्री पटली होती, की तो सर्व काही खरं सांगत आहे. माणसाच्या चेहऱ्यावरील हावभावावरून त्याच्या विधानाची सत्यासत्यता पडताळणे त्यांच्यासारख्या तज्ज्ञाला कठीण नव्हतं.

एक रुखरुख त्यांच्या मनात राहिली होती. मोहनला आपण काही गोष्टी सांगायला हव्या होत्या. त्यांना वाटत होतं. त्याचं मन बदलेल का नाही याची त्यांना शंकाच होती; पण प्रयत्न करणं तर आवश्यक होतं. आताच्या त्याच्या मूडमध्ये त्यांना स्वतःच्या आयुष्याची फारशी खात्री वाटत नव्हती. त्याचा फोन आज उद्या... एवढ्यात पुन्हा येईल अशी त्यांना आशा वाटत होती... एक अंदाज.

तो खरा ठरला. तीन दिवसांनी सकाळच्या वेळी त्याचा फोन आला. या वेळी डॉ. सिंगना तो इतका अनपेक्षित नव्हता.

"चौकशी केलीत का?" मोहनचा पहिला प्रश्न

डॉ. सिंगनी काही न बोलता नुसती होकारार्थी मान हलवली.

"मग?" मोहनच्या थंड आवाजात अधीरपणा.

"या वेगवेगळ्या लोकांना तू म्हणतोस तसा मृत्यू आला आहे. मला फक्त माझ्या स्वतःसंबंधी बोलायचं आहे. तुझा विश्वास बसेल की नाही याची मला कल्पना नाही. मोहन, शशीच्या अंगालासुद्धा मी स्पर्श केलेला नाही. जो प्रकार झाला तो निंद्य होता. वाईट होता; पण त्यावर माझी हुकूमत नव्हती. माझा व्यक्तिशः त्यात भाग नाही."

मोहन काही वेळ त्यांच्याकडे पाहत राहिला.

"डॉ. सिंग, मला वाटतं याबाबतीत मी तुमच्यावर विश्वास ठेवू शकेन, तिला हात लावणं तुमच्या स्वभावाविरुद्ध होईल; पण केवळ तेवढ्याने तुमची जबाबदारी संपत नाही. सर्व प्रसंगाची सुरुवात तुमच्यापासून झाली. सर्वांमागची प्रेरकशक्ती तुम्हीच होता."

"मोहन, मी या अवाढव्य यंत्रातलं एक चाक आहे. जी यंत्राची दिशा व गती, तीच माझीही !"

मोहन सावकाश नकारार्थी मान हलवत होता.

"ही बनवाबनवी पुरे, डॉ. सिंग! तुम्ही या सर्व गोष्टी-अनिच्छेने मनाविरुद्ध करीत आहात का? ही सोपी सुटकेची वाट तुमच्यासारख्या उच्च श्रेणीच्या,

सत्ताधारी माणसांसाठी नाही."

डॉ. सिंगनी असहायपणे दोन्ही हात पसरले.

"मग तुझं काय म्हणणं आहे?"

"तुम्ही पंकजला घेऊन मिळणार आहात का?"

"मोहन, हा प्रश्न विचारणं म्हणजे माझा अपमान आहे!"

"मला कल्पना होती. मग माझा नाइलाज आहे. डॉ. सिंग, आज ना उद्या. दिवसा किंवा रात्री, उघडपणे, कोणत्या तरी रूपात मृत्यू तुमच्या भेटीस येणार आहे. तयार असा!"

मोहनचा आवाज व चेहरा एकदमच नाहीसा झाला.

डॉ. सिंग खोलीत कितीतरी वेळ येरझारा घालत होते.

तीन दिवस डॉ. सिंग भारतीय रसायनमध्ये गेलेच नाहीत.

तिसऱ्या रात्री त्यांनी आपल्या खासगी प्रयोगशाळेतील यंत्रावर आपला सायकोग्राफ काढून घेतला. त्यांच्या सरावलेल्या नजरेला ते चित्र अगदी बोलकं होतं. एका भेदरलेल्या, भीतीने पिचलेल्या, निराश, हताश, जीवाचा तो आलेख होता. डॉ. सिंगनी त्या ग्राफचं मापन केलंच नाही. दारुण सत्य डोळ्यासमोर उघड झालं होतं.

त्याच रात्री त्यांनी आत्महत्या केली.

मृत्यूनंतरही त्यांचे कपडे, चेहरा, केस, सर्व जागच्या जागी होते. स्वतः स्वीकारत असलेल्या मार्गाचं स्पष्टीकरण नव्हतं. दिलगिरी नव्हती, जगावर राग नव्हता.

त्या अनामिक खोलीत मोहन, शिवदास व गोपाळ असे तिघे होते. मोहन एका खुर्चीत अंग दुमडून बसला होता. गोपाळ सोफ्यावर बसला होता. शिवदास सावकाश येरझारा घालत होते.

ते मध्येच मोहनपुढे थांबले व जरा रागाने म्हणाले,

"झालं तुझ्या मनासारखं मोहन? आता पुढे काय?"

मोहनने सावकाश वर पाहिलं. त्याचा चेहरा भग्न झाला होता. इतके दिवस डोळ्यात धुमसणारी सूडाची ज्योत विझली होती. ते रिकामे, हताश, तेजोहीन दिसत होते. वेदनेच्या पिळाने चेहरा विकृत झाला होता. शिवदासांनासुद्धा त्याच्या व्यथित चेहऱ्याकडे पाहवेना. त्यांनी मान वळवली.

मनातले विचार तो शब्दांत मांडूच शकत नव्हता. त्याला वाटलं होतं, हे सूडाचं चक्र थांबलं, की मनातल्या यातना जरा तरी कमी होतील; पण भलतंच घडलं होतं. शशीचा छळ व मृत्यू यांना जबाबदार असणाऱ्यांचा पाठलाग ही एक दुय्यम, प्रतिक्षिप्त प्रतिक्रिया होती. वेदनेपासून मन दूर ठेवायचा एक जिवघेणा आटापिटा होता. आता ते सारं काही संपलं होतं आणि मनाचा कोपरा अन् कोपरा शशीच्या विचारांनी, शशीच्या आठवणींनी काठोकाठ भरून गेला होता. हिंसा झाली होती; पण मनाला काडीचंही समाधान मिळालं नव्हतं. हिंसा निरर्थक खास नव्हती; पण तो भाग औपचारिक ठरला होता. मनाचा खरा गाभा शशी आणि केवळ शशीच व्यापून राहिली होती. प्रत्येक क्षण हा एक तीक्ष्ण, दाहक सल होता. त्यांच्या जाळीत जीव अडकला होता. जखडला होता. कधी न संपणारी वेदना!

शिवदास त्याच्याकडे पाठ करून बोलत होते.

"मोहन, हे मी तुला आधीच सांगितलं असतं; पण ते तुला पटलं नसतं. दुखावलेलं जनावर वेडंवाकडं, चौखूर उधळतं, तसं तुझं झालं होतं. वेदना तुझ्या अंतरंगात आहे. इतरांना इजा करूनही ती कमी होणार नाही. ती तू बरोबर वागवायलाच शिकलं पाहिजेस! तीच वेदना तुझ्या मनाला कठोरपणा देईल, दिशा देईल; तुझ्या मनाचा कण आणि कण या वेदनेच्या आचेत सापडेल तेव्हा त्या धगीने तो प्रकाशमान होईल. तुला तेज देईल..."

"मी काय करू आता? पंकजमध्ये सामील होऊ?"

"ते मी कसं सांगू? ते तुझं तू ठरवायचं आहेस!"

"पण तुम्ही तर मला सर्वतोपरी मदत केलीत!"

"मोहन, शशी माझीही मुलगी होती हे विसरू नकोस!" शिवदास घाईने खोलीबाहेर गेले.

मोहन हातात तोंड घालून बसला. गेल्या काही दिवसांत जे काही घडलं होतं, त्याच्या उलटसुलट आठवणी मनात हैदोस घालीत होत्या. एक आश्चर्य मनात राहून राहून येत होतं. वास्तविक आपण एवढे नवखे, कोणाची ओळख नाही. हाताशी साधनं नाहीत. एवढं अचाट काम आपल्याला कसं जमलं? जर हा गोपाळ नसता तर...

गोपाळ, गोपाळ शर्मा. मोहनने सोफ्यावरच्या निश्चल आकृतीकडे वळून पाहिलं. साहसी उत्पातांची धूळ आता शमली होती आणि तो गोपाळ शर्माला

खऱ्या अर्थाने असा प्रथमच पाहत होता. आतापर्यंत गोपाळच्या बहुरंगी स्वभावाचे अनेक पैलू त्याला परिचित झाले होते. मोहनला हवी ती माहिती गोपाळने उपलब्ध करून दिली होती. त्याला हव्या त्या व तशा जागा मिळवून दिल्या होत्या. काळवेळ न पाहता, तो सतत मोहनबरोबर राहिला होता. कोणत्याही प्रसंगाला गोपाळ कचरला नव्हता! उलट मोहनपेक्षा तसूभर आघाडीवरच होता; पण आजवर तो स्वतःहून काहीही बोलला नव्हता. एवढी मदत बिनतक्रार करणारा गोपाळ होता तरी कसा! प्रसंगी प्राणही धोक्यात घालायला सहज सिद्ध होणारा हा गोपाळ- खरोखरीच तो कोण होता? कसा होता? मनातलं आश्चर्य क्षणाक्षणाला द्विगुणित होत होतं.

"गोपाळ!" मोहन म्हणाला.

"हं?" गोपाळचा एकशब्दी जबाब.

"तुला एक विचारू का?"

"विचार की!"

"तू इतके दिवस माझ्या मदतीसाठी उभा होतास- मला एका शब्दानेही विचारलं नाहीस, का?"

"त्यात काय विचारायचं?"

"ही काही पंकजची आज्ञा नव्हती. हे माझं खासगी काम होतं."

गोपाळ जरासा अस्वस्थ झाल्यासारखा दिसला.

"मला इथे विसंगती दिसते, गोपाळ एका सुसूत्र, तत्त्वनिष्ठ संघटनेचे तुम्ही घटक आहात. त्या संघटनेला तुम्ही मोठा धोका पत्करला होतात. तू त्यांच्या हाती लागला असतास तर? तुमची माहिती त्यांना मिळाली असती- किमान पक्षी तुझा मृत्यू तरी ओढवला असता. हे खरं आहे ना?"

"असेल, आता चर्चा कशाला? सर्व काही संपलंय ना?"

"मला तुझा वैयक्तिक हेतू हवाय- हे सारं तू का केलंस?"

गोपाळने आता प्रथमच मोहनकडे पाहिलं. त्याच्या डोळ्यांत एक नवी चकाकी दिसत होती. तो ताडदिशी उभा राहिला.

"मोहन, माझ्याशी या विषयावर चर्चा करू नकोस. आता तुला एकच गोष्ट सांगतो, मोहन, शशीला मी कितीतरी वर्षे ओळखत आहे. माझंही तिच्यावर फार दिवसांपासून प्रेम होतं!"

मोहन हतबुद्ध होऊन त्याच्याकडे पाहतच राहिला. गोपाळच्या धगधगत्या डोळ्यांवर एक आवरण आलं. मोहन काही बोलायच्या आतच गोपाळ खोलीबाहेर गेला.

शशी गेल्यानंतर इतक्या दिवसांनी मोहन आताच खरोखर एकटा असा होता. सूडाच्या एका सर्वंकष भावनेच्या दडपणाखाली मनातले इतर सर्व विचार आतल्या आत कोंडून गेले होते. आता त्यांना मुक्त वाट मिळाली.

काळजाचं एक टणक, कठीण, धारदार, तेजस्वी स्फटिक बनून राहिलं होतं. ते आता विरघळलं. शरीराला उभारी देणारा संताप आता ओघळून गेला. शशीच्या असंख्य आठवणी मनाच्या सांदीकोपऱ्यातून एखाद्या पुरासारख्या आल्या. तो आता त्यांना अडवू शकत नव्हता.

मोहन त्या भावनावेगात सापडला होता. काळाचा एकेक पदर उलगडत होता. प्रत्येक पदरावर शशीची आठवण होती. सुंदर, स्नेहल, सुसमंजस, सुसंस्कृत, सहभावनाशील...

हसरी, खेळकर, प्रेमळ...

शशी! शशी! शशी!...

वेदनांनी विव्हळ झालेला जीव कासावीस होत होता. एखाद्या जहरी आम्लाच्या प्रभावाने मनाच्या गुंफणीचा घाटच विस्कळीत झाला होता. मनाच्या ठिकऱ्या ठिकऱ्या उडाल्या होत्या.

दिवस कणाकणांनी झिरपून गेला.

रात्रीची काळी शाल आली. अंधाराचा आडोसा.

अजून त्या खोलीत मोहन एकटाच आपल्या दुःखाशी झगडत होता. रात्रीच्या शांत अंधारात, काळोखाच्या कुशीत, त्याच्या मनाने केव्हातरी आपला तोल परत सावरला. उत्सर्ग ओसरला, वरवरचं सारं धुऊन गेलं. शिल्लक राहिला तो चिर, अभंग निष्ठेचा कातळ.

सकाळी मोहन शिवदासांच्या खोलीत आला. त्याचा चेहरा भयंकर होता; पण डोळ्यांत आता एक शांतता होती. शेवटी त्याने मृत्यूशी तडजोड केली होती. शशीचं प्रयाण स्वीकारलं होतं.

"शिवदास, मला पंकजमध्ये प्रवेश करायचा आहे."

"तू यावर पूर्ण विचार केला असशीलच मोहन?"

"होय."

"मला खरोखरच फार आनंद झाला आहे मोहन, शशीचं बलिदान अगदीच व्यर्थ गेलं नाही असं मी समजेन."

"शिवदास, प्लीज!"

"ठीक आहे, जशी तुझी इच्छा."

"मी काय करायला हवं? प्रवेशासाठी?"

"मला नाही वाटत ते फार कठीण जाईल,"

"माझी आणखी एक विनंती आहे, शिवदास."

"सांग ना."

"जयदेवने मला एक सायनाइडचा दात दाखवला होता."

शिवदास काही बोलले नाहीत; त्यांची विचारी नजर मोहनवर होती.

"माझ्याही केसमध्ये तशी व्यवस्था व्हावी अशी माझी इच्छा आहे."

"तुला तसा एक दात बसवून घ्यायचाय?"

"होय, शिवदास."

शिवदासांची मान खाली गेली. ते बोलले तेव्हा त्यांचा आवाज एकदम घोगरा झाला होता.

"ते तुझं अवश्य ऐकतील, थँक यू, मोहन,"

"मी तुमचे आभार मानायला हवेत बाबा?"

"मोहन!"

"शिवदास, शशी गेली तरी मी आहे ना?"

शिवदास उठून मोहनजवळ आले तेव्हा सोनेरी चष्म्यामागचे त्यांचे डोळे किंचित पाणावलेले होते.

नारायण धारप यांचे साहित्य

पाठलाग	नारायण धारप	१००.००
ग्रास	नारायण धारप	१००.००
महावीर आर्य, विधाता	नारायण धारप	१००.००
सावधान	नारायण धारप	१२०.००
भुकेली रात्र	नारायण धारप	१२०.००
माणकाचे डोळे	नारायण धारप	१२०.००
द्वैत	नारायण धारप	१२०.००
दरवाजे	नारायण धारप	१२०.००
अंधारयात्रा	नारायण धारप	१६०.००
अघटित	नारायण धारप	१००.००
शापित फ्रँकेस्टाईन	नारायण धारप	१००.००
काळ्याकपारी	नारायण धारप	१००.००
इक्माई	नारायण धारप	१००.००
शाडूचा शाप	नारायण धारप	१००.००
कृष्णचंद्र	नारायण धारप	१००.००
नवी माणसं	नारायण धारप	१००.००

नारायण धारप यांचे साहित्य

अनोळखी दिशा १	नारायण धारप	२५०.००
अनोळखी दिशा २	नारायण धारप	२५०.००
अनोळखी दिशा ३	नारायण धारप	२५०.००
स्वाहा	नारायण धारप	२००.००
विश्वसम्राट	नारायण धारप	१००.००
काळी जोगिण	नारायण धारप	१००.००
प्रा. वाईकरांची कथा	नारायण धारप	२००.००
सीमेपलिकडून	नारायण धारप	२००.००
चेटकीण	नारायण धारप	२००.००